வரலாற்றியல் நோக்கில் இராமநாதபுரம் மாவட்ட ஊர்ப்பெயர்கள்

மு. முனீஸ்மூர்த்தி
தமிழ் - உதவிப் பேராசிரியர் (தன்நிதிப் பிரிவு)
பிஷப் ஹீபர் கல்லூரி
திருச்சிராப்பள்ளி - 620 017

தடாகம்

வரலாற்றியல் நோக்கில் இராமநாதபுரம் மாவட்ட ஊர்ப்பெயர்கள்

- **ஆசிரியர்:** மு. முனீஸ்மூர்த்தி
- **முதற்பதிப்பு:** டிசம்பர் *2023*
- **பக்க வடிவமைப்பு:** கி. ஆஷா
- **அட்டை வடிவமைப்பு:** வெ. பாலாஜி
- **முன்னட்டைப் படம்:** *1713-1725* ஆகிய ஆட்சியாண்டுகளில் சேதுநாட்டை ஆட்சி செய்த விஜய ரகுநாத சேதுபதியின் கோட்டை (தற்போது, செங்கமடை: ஆறுமுகக் கோட்டை)

Book & Author Name: *Varalaatriyal Nokkil Ramanathapuram Maavatta Ur Peyargal* by *M. Muneesmoorthy.*

© *M. Muneesmoorthy*

Published by:

THADAGAM
No.112, First Floor, Thiruvalluvar Salai
Thiruvanmiyur, Chennai 600041
Mob: +91-98400-70870
www.thadagam.com | info@thadagam.com

ISBN: 978-93-93361-60-8

Published on December 2023

Price: ₹ 220

தம் சொந்த மண் தொடர்பான வரலாற்றுத் தரவுகளை

உணர்வுகட்கு அப்பாற்பட்டு

அறிவுசார் அடையாளப்படுத்தம் மேற்கொள்ள வேண்டும்

எனும் உந்துதலை

"பெருங்கற்காலப் பண்பாடு : சிவகங்கை மாவட்டம் (கள ஆய்வு)"

"நீர்நிலை உருவாக்கத்தில் உடைமைகளும் சாதிகளும் – கல்லல் ஒன்றியம் : சிவகங்கை மாவட்டம்"

ஆகிய நூல்கள்வழி என்னுள் ஏற்படுத்திய

முனைவர் க. பாலாஜி

முனைவர் ம. லோகேஸ்வரன்

ஆகியோர்க்குப்

புலமையின் பரிசிலாய்

இந்நூல்!

நூல் அறிமுகம்

வரலாற்றுச் சிறப்பு மிக்க இராமநாதபுரம் மாவட்டத்து ஊர்ப்பெயர்கள் மன்னராட்சிக் காலத்தில் மேட்டிமைச் சமூகத் தினர்க்கு வழங்கப்பட்ட நிவந்தங்களின் (நிலக்கொடை) அடிப் படையிலும், சாதியக் கட்டுமானத்தின் அடிப்படையிலும், நீராதாரக் கலைச்சொற்களை முன்/பின் ஒட்டுக்களாகக் கொண்டும் உயர்வர்க்கத்தாரால் வழங்கப் பெற்றுள்ளன எனும் கருதுகோளை முன்னிறுத்தி மேற்கொள்ளப்பெற்ற ஆய்வே இந்நூல்.

இராமநாதபுரம் மாவட்டம் - இராஜசிங்கமங்கலம் ஊராட்சி ஒன்றிய ஊர்ப்பெயர்களுள் புதைந்துள்ள வரலாற்று, பண்பாட்டு அடையாளங்களை முன்னிறுத்துகின்றது இந்நூல்.

இந்நூலால் தமிழ்ச்சமூகம் பெறும் பயன்களாவன:

- ✓ இம்மண்ணில் வாழும் மனிதர் ஒவ்வொருவருக்கும், தான் வசிக்கும் ஊர்ப்பெயரின் காரணகாரிய இயைபினை அறியும் மனநிலையை உருவாக்குதல்.
- ✓ ஊர்ப்பெயர் இடுதலில் உடைமைச் சமூகம் கையாண்ட ஏற்றத்தாழ்வுசார் சொல்லாடல்களை அடையாளங் காணுதல்.
- ✓ நீர்மேலாண்மையை மையமிட்ட நீராதாரக் கலைச்சொற்களை ஊர்ப்பெயராக இடுகையிட்ட தமிழர்தம் பண்பாட்டறிவின் நுட்பத்தை அறிந்து பெருமிதம் கொள்ளுதல்.
- ✓ ஊர்ப்பெயர் வழங்குதலில் சாதியம் முன்னிறுத்தப்பெற்ற (பிற்போக்கு) மனநிலையை அறியச் செய்து, நவீன வாழ்க்கை முறையில், இனிவருங் காலங்களில் தோன்றும் புதிய நகர் மற்றும் குடியிருப்புகளுக்கான பெயரிடுதலில் சாதியக் குறியீட்டு முறையை முற்றிலும் தவிர்க்கும் முற்போக்குசார் சமூகச் சிந்தனையை உருவாக்குதல்.
- ✓ சாதிய அடையாளங் கொண்ட ஊர்களில் வாழும் கல்வியறிவு பெற்ற இன்றைய தலைமுறையினர், தம் ஊர்ப்பெயரில் உள்ள சாதிய அடையாளத்தை மாற்றுவதற்குக் கையாளும் உத்திகளை அறிதல்.

ஆசிரியர் அறிமுகம்

மு.முனீஸ்மூர்த்தி (1983)

இராமநாதபுரம் மாவட்டம் – இராஜசிங்கமங்கலம் ஊராட்சி ஒன்றியம் – வடவயல் எனும் சிற்றூரில் பிறந்தவர்.

செவ்வியல் தமிழ் இலக்கண இலக்கிய ஆய்வுகளில் தொடர்ந்து ஈடுபாடு காட்டி வருபவர்.

கலித்தொகைப் பதிப்பு வரலாறு (1887-2010), உயிர்வாழப் போராடும் கருவாடு, செவ்விலக்கிய மீட்பர் சி.வை.தாமோதரம் பிள்ளை, உரையாசிரியர்களின் செவ்வியல் நோக்கு, தமிழ்மரபில் ஊரும் சேரியும் உள்ளிட்ட நூல்களின் ஆசிரியர். 18 நூல்களின் பதிப்பாசிரியர்.

70க்கும் மேற்பட்ட ஆய்வுக்கட்டுரைகள் எழுதியவர்.

'இனம்' (www.inamtamil.com) எனும் பன்னாட்டு இணையத் தமிழாய்வு இதழின் நிறுவுநர் & பதிப்பாசிரியருள் ஒருவர்.

ஆய்வுப்பணிகளுக்காக இந்தியக் குடியரசுத்தலைவரின் 'இளம் அறிஞர் விருது', தமிழக அரசின் 'இளம் ஆய்வாளர் விருது', பணிபுரியும் நிறுவனத்தில் 'சிறந்த ஆய்வாளர் விருது' உள்ளிட்ட சிறப்புக்களைப் பெற்றவர்.

தற்போது, திருச்சி – பிஷப் ஹீபர் கல்லூரியில் பணியாற்றி வருகின்றார்.

இது இவரது பத்தாவது நூல்.

உள்ளடக்கம்

1. ஊர்ப்பெயரினூடே ஒரு சிறு பயணம் (ஆய்வு முன்னுரை) — 11
2. வரலாற்றில் இராமநாதபுரம் மண் — 27
3. இராஜசிங்கமங்கலம் - ஒரு கண்ணோட்டம் — 48
4. ஊர்ப்பெயர் இடுகையும் நீர்மேலாண்மையும் — 65
5. குடியிருப்புப் பெயர்களும் குடி, மண், தொழில் அடையாளங்களும் — 92
6. ஊர்ப்பெயர்களும் மதம், சாதி அடையாளங்களும் — 133

துணைநின்றவை — 153

பின்னிணைப்பு: 1 இராமநாதபுரம் மாவட்டத்துக்கு உட்பட்ட ஊராட்சி ஒன்றியங்கள் — 165

பின்னிணைப்பு: 2 இராஜசிங்கமங்கலம் ஊராட்சி ஒன்றியத்துக்கு உட்பட்ட ஊர்ப்பெயர்கள் — 166

பின்னிணைப்பு: 3 சனவேலி - சிதைந்த நிலையில் உள்ள சிவன் கோயில் — 180

பின்னிணைப்பு: 4 அறுநூற்று மங்கலம் - முற்றிலும் சிதைவடைந்த நிலையிலுள்ள பெருமாள் கோயில், கருவறை — 181

பின்னிணைப்பு: 5 சங்க இலக்கியத்தில் 'சேரி' எனும் பதிவு — 182

பின்னிணைப்பு: 6 சிதைந்த நிலையிலுள்ள செங்கமடைக் கோட்டை (சேதுபதியினர் காலத்தது) — 185

பின்னிணைப்பு: 7 செங்கமடைக் கோட்டை - குளக்கரையில் புதைந்துள்ள முதுமக்கள் தாழி அடையாளங்கள் — 187

பின்னிணைப்பு: 8 அறுநூற்று மங்கலம் - சிவன் கோயில் — 188

ஊர்ப்பெயரினூடே ஒரு சிறு பயணம்...

(ஆய்வு முன்னுரை)

'எல்லாச் சொல்லும் பொருள்குறித் தனவே' எனும் இலக்கண மரபுக்கு ஏற்ப, மனித வாழ்வியலோடு தொடர்புடைய இயங்கு / இயங்காப் பொருள்கள் அனைத்தும் மனிதனால் பொருள்பொதிந்த நிலையில் ஏதோ ஒரு பெயரிட்டு அழைக்கப் பெற்று வந்துள்ளன; வருகின்றன. இப்பெயர்கள் இடுகுறிப் பெயர், காரணப்பெயர் எனும் இரு நிலைகளில் வழங்கப்பெற்று வந்துள்ளதனை வரலாற்றுக் கண்கொண்டும் சொற்கட்டமைப்புக் கண்கொண்டும் பார்ப்போர் அனைவரும் அறிந்துணரலாம். தாம் வாழும் நிலத்துக்கும், குடியிருப்புக்கும் (ஊருக்கும்) பெயரிட்டு வழங்கியுள்ளது மனித சமூகம். இத்தகு பெயரிடுமுறைகளுள் தொடக்கத்தில் இடுகுறிப் பெயரும் காலப்போக்கில் காரணப் பெயரும் முன்னிலை பெற்றுள்ளது எனலாம்.

நானிலப் பாகுபாட்டில், மலைசூழ் பகுதியில் 12ஆண்டு கட்கு ஒருமுறை பூத்துக் குலுங்கும் குறிஞ்சிப்பூவின் பெயரையும், காட்டில் வெண்ணிறமாய் மணம் பரப்பி அழகு சேர்க்கும் முல்லைப்பூவின் பெயரையும், உப்பங்கழியின் இடையே பூத்து வண்ணம் சேர்க்கும் நெய்தற்பூவின் பெயரையும், அந்தந்த நிலத்துக்கே சூட்டி மகிழ்ந்த தமிழர்தம் காரணகாரியப் பெயரிடு முறை நுண்ணிதின் உணர்ந்து பெருமிதம் கொள்ளத்தக்கதாகும்.

உயிர்கள் வாழ்தலுக்கு நிலமே அடிப்படை. எனவே நிலத்துக்கு அதிக முதன்மை அளித்துள்ளனர் தமிழ் முன்னோர். மானிட வாழ்வின் சூழலியல் மற்றும் ஒழுக்கக் குறியீட்டுப் பொருண்மை சார்ந்த முப்பொருள் பாகுபாட்டில் (முதற்பொருள், கருப்பொருள், உரிப்பொருள் எனும் முப்பொருள்) நிலத்தையும் காலத்தையும் முதற்பொருளாகக் குறிப்பிடுவது கவனத்திற்குரியது.

> "முதல்எனப் படுவது நிலம்பொழுது இரண்டின்
> இயல்பென மொழிப இயல்புணர்ந் தோரே" (தொல்.அகத்.4)

எனும் தொல்காப்பிய நூற்பாவானது மேற்சுட்டிய கருத்தை உணர்த்தி நிற்கின்றது. தொல்காப்பியர் இவ்விடத்துச் சுட்டியுள்ள முதற்பொருள் கோட்பாடு இன்றைய நவீன உலகிலும் பொருந்திக் காணப்படுகின்ற ஒன்றாகவே அமைகின்றமை கண்கூடு.

மண்ணுலகில் நிலைபெற்ற உயிர்களின் வாழ்வானது பொருள் பொதிந்த ஒன்றாகும். ஓரறிவு முதல் ஆறறிவு வரையுள்ள உயிர்கள், தாம் வாழ்ந்ததற்கான அடையாளமாக ஏதேனும் ஒன்றை இம்மண்ணுலகில் இட்டுச் செல்லுதல் இயல்பாகின்றது. அதேவேளை, அவை வெறும் சந்ததியை மட்டும் இம்மண் ணுலகிற்குத் தந்து செல்வதில்லை; தம் இயல்பு, குணம் சார்ந்த ஏதேனும் ஒரு வாழ்க்கைப் பாடத்தை அடுத்த தலைமுறை யினர்க்கு வழங்கியே செல்கின்றன. அவற்றுள் மனித உயிர்கள் மட்டும் பிற உயிர்களிலிருந்து மாறுபட்டுத் தாம் வாழ்ந்ததற்கான அடையாளமாகத் தம் புகழையும் இம்மண்ணுலகில் நிலை நிறுத்திச் செல்கின்றன.

> "மன்னா உலகத்து மன்னுதல் குறித்தோர்
> தம்புகழ் நிறீஇத் தாம்மாய்ந் தனரே" (புறம்.165:1-2)

> "ஒருதாம் ஆகிய பெருமை யோரும்
> தம்புகழ் நிறீஇச் சென்றுமாய்ந் தனரே" (புறம்.366:4-5)

எனும் பதிவுகள் இக்கருத்தினை மெய்ப்பிக்கும்.

இனம், மொழி, தொழில், ஆளுமை உள்ளிட்ட ஏதேனும் ஓர் அடையாளத்துடன் ஒன்றுக்கும் மேற்பட்ட குடிகள் சேர்ந்து வாழும் நிலப்பரப்பைக் குறிக்கப் பயன்படுத்தப்படும் மொழிக் குறியீடே ஊர் என்பதாகும்.

மண்ணில் வாழும் மனிதர்க்குத் தன் வரலாறு எவ்வளவு முதன்மையானதோ அதுபோலவே, தான் வாழும் ஊரின், நிலத்தின் வரலாறு, அடையாளப் பின்னணியை அறிந்து கொள்ளுதலும். வரலாற்றுணர்வு இல்லாத மனித சமூகம் அடை யாளமிழந்து தேய்வதே வரலாறு உணர்த்தும் உண்மையாகும். எனவே, அறிவியல் அடிப்படையிலான முற்போக்குத்

தன்மையுடனும் கடந்தகால வரலாற்றுணர்வுடனும் பயணித்தலே வாழ்வுக்கும் ஆய்வுக்கும் இன்றைய நிலையில் தேவையான ஒன்றாகின்றது.

18, 19ஆம் நூற்றாண்டுகளில் தமிழகத்தில் இறைநிலையோடு தொடர்புடைய ஊர்களை (தலங்களை) முன்னிறுத்திப் பக்தி இலக்கியப் பின்னணியுடன் தலபுராணங்கள் பல இயற்றப் பெற்றுள்ளமையும் இவ்விடத்தே சிந்தித்துப் பார்க்கத்தக்கது. இத்தகு தலபுராணங்களுள் அத்தலம் பற்றிய புராணக்கதைகளும் புனைவுகளும் மிகுதியெனினும் அவற்றுள் ஓரளவு வரலாற்றுக் குறிப்புகளும் உள்ளன என்பதனை மறுப்பதற்கில்லை.

தனிமனிதரது அடையாளங்களான பிறப்பு, பிறப்பிடம், பெற்றோர், கல்வித்தகுதி, பணிநிலை என்பன போன்றவற்றில் சிறப்பிடம் பெறுவது ஒருவரது பிறப்பிடமே! தனிமனிதனோ அல்லது குழுவினரோ (ஆணோ, பெண்ணோ) பிறரெவரும் செய்திராத சாதனையைச் செய்திருந்தாலோ அல்லது சமூகத்திற்கு இன்னல் விளைவிக்கும் கேட்டினைச் செய்திருந்தாலோ அப்பகுதி யினரால் (நகர்ப்பகுதி, ஊரகப்பகுதி) முன்வைக்கப்பெறும் முதல் வினா - 'இவர் எந்த ஊரு? / இவள் எந்த ஊர்ப் பொண்ணு? என்பதாகத்தான் அமைகின்றது. அந்த அளவுக்கு மனித அடை யாளங்களுள் ஊர் எனும் அடையாளமானது தனித்துவம் பெறு கின்றது.

தான் சார்ந்து வாழும் ஊர்ப்பெயரையும் இடப்பெயரையும் தன் பெயருடன் இணைத்து வழங்கும் நிலைமையினைச் சங்க காலத்திலிருந்தே காணமுடிகின்றது. நாட்டை ஆளும் மன்னன் தன் இயற்பெயருடன் தான் வாழும் நாட்டின் பெயரையோ அல்லது தான் வெற்றி கொண்ட நாட்டின் (ஊரின்) பெயரையோ இணைத்து வழங்குவதனைப் பெருமிதமாகக் கருதியதனைத் தமிழக வரலாற்று நூல்கள்வழி அறிய முடிகின்றது.

  ஆமூர் மல்லன்

  எருமையூரன்

  ஒல்லையூர் கிழான்

  ஓய்மான் நாட்டு நல்லியக்கோடன்

> நாஞ்சில் வள்ளுவன்
>
> மையூர் கிழான்

என்பன போன்று குறுநில மன்னர்களின் பெயர்கள் தாம் வாழும் நாட்டின், ஊரின் பெயரோடு இணைத்துக் குறிக்கப்பெற்றிருத்தல் எண்ணத்தக்கது. பேரரசர்களுள்ளும் இத்தகைய நிலைப்பாட்டைக் காணமுடிகின்றது.

> இமயவரம்பன் நெடுஞ்சேரலாதன்
>
> கங்கைகொண்டான், கடாரம் கொண்டான்
>
> தலையாலங்கானத்துச் செருவென்ற பாண்டியன் நெடுஞ்செழியன்
>
> கானப்பேர் தந்த உக்கிரப் பெருவழுதி

அரசர்கள் மட்டுமின்றி அக்காலப் புலவர்களுள்ளும் சிலர் ஊர்ப்பெயர் ஒட்டுகளுடனேயே அடையாளப்படுத்தப் பெற்றுள்ளனர்.

> அள்ளூர் நன்முல்லையார்
>
> ஆடுதுறை மாசாத்தனார்
>
> ஆலங்குடி வங்கனார்
>
> இடைக்கழிநாட்டு நல்லூர் நத்தத்தனார்
>
> உறையூர்ப் பல்காயனார்
>
> ஒக்கூர் மாசாத்தியார்
>
> மதுரைக் கணக்காயனார்

என்பன போன்ற பெயர்கள் இத்தன்மைக்குச் சான்றுகளாகத் திகழ்கின்றன. இவ்வாறாக, அரசர்களும் புலவர்களும் தங்கள் பெயர்களின் முன்னலகாக ஊர்ப்பெயர்களை இட்டுக் கொள்வது மரபாக இருந்து வந்துள்ளது. பக்தி இலக்கியக் காலப் படைப் பாளர் வரிசையிலும்

> காரைக்காலம்மையார்
>
> இளையான்குடி மாறன்நாயனார்
>
> வேணாட்டடிகள்

திருவாலியமுதனார்

கருவூர்த் தேவர்

திருமழிசை ஆழ்வார்

என ஊர்ப்பெயர்களை முன்னலகாகக் கொண்ட தன்மையைக் காண முடிகின்றது. இம்மரபானது பிற்காலத்தே சிறிது மாற்றம் பெற்று வழங்கி வந்துள்ளதனையும் காண முடிகின்றது. அதாவது, ஊர்ப்பெயரை முழுமையாக இடம்பெறச் செய்யாமல் ஊர்ப்பெயரின் முதலெழுத்தை மட்டும் முன்னலகாக இட்டு, அதன் பின் தன் தந்தையது பெயரின் முதலெழுத்தை முன்னெழுத்தாக இட்டுத் தன் பெயரை வழங்கியுள்ள மரபினை அறிய இயலுகின்றது. சான்றாக

சி.வை.தா (சிறுப்பிட்டி வைரவநாதன் தாமோதரன்)

உ.வே.சா (உத்தமதானபுரம் வேங்கடசுப்பையா சாமிநாதன்)

இ.வை.அ (இடையாற்றுமங்கலம் வைத்தீஸ்வரன் அனந்தராமன்)

கா.ர.கோ (காஞ்சிபுரம் ரங்கசாமி கோவிந்தராசன்)

வி.கோ.சூரியநாராயணன் (விளாச்சேரி கோவிந்தன் சூரிய நாராயணன்)

வ.வே.சு (வரகனேரி வேங்கடேசன் சுப்பிரமணியன்)

பின்னத்தூர் அ.நாராயணசாமி (பின்னத்தூர் அப்பாசாமி நாராயணசாமி)

திரு.வி.க (திருவாரூர் விருத்தாசலம் கல்யாணசுந்தரம்)

ந.மு.வே (நடுக்காவேரி முத்துசாமி வேங்கடசாமி)

மு.சி.பூரணலிங்கம் (முந்நீர்ப்பள்ளம் சிவசுப்பிரமணியன் பூரணலிங்கம்)

மயிலை சீனி.வேங்கடசாமி (மயிலாப்பூர் சீனிவாசன் வேங்கடசாமி)

தி.த.கனகசுந்தரம் (திரிகோணமலை தம்பிமுத்து கனக சுந்தரம்)

சி.சு.செல்லப்பா (சின்னமனூர் சுப்பிரமணியம் செல்லப்பா)

வ.ஐ.சுப்பிரமணியம் (வடசேரி ஐயம்பெருமாள் சுப்பிர மணியன்)

க.ப.அறவாணன் (கடலங்குடி பழனியப்பன் அறவாணன்)

இருபதாம் நூற்றாண்டு வரை வழக்குப்பெற்ற இந்நன்மர பானது இருபத்தோராம் நூற்றாண்டில் வழக்கிழந்த ஒன்றாகி விட்டது. அரிதினும் அரிதாக இம்மரபைச் சிலர் பின்பற்றலாம்.

தொல்காப்பியம், சங்க இலக்கியங்கட்கு உரை எழுதிய உரையாசிரியர்கள் மற்றும் அந்நூல்களைப் பதிப்பித்த பதிப் பாசிரியர்கள் அந்நூல்களில் இடம்பெறும் ஊர்ப்பெயர் பற்றிய குறிப்புகளை எடுத்து விளக்கி ஊர்ப்பெயர் பற்றிய சிந்தனைப் போக்குக்கு வித்திட்டுள்ளனர் எனலாம். எனினும், ஆய்வு முறையியலோடு கூடிய ஊர்ப்பெயராய்வுக்கு வித்திட்டோர் அயல்நாட்டினரே என்பர் ஆய்வாளர்கள்.

தமிழகத்தில் 19ஆம் நூற்றாண்டு முதல் ஊர்ப்பெயர், இடப் பெயராய்வுகள் முகிழ்த்தன எனலாம். கிளைத்தது 20ஆம் நூற்றாண்டின் முற்பகுதியில்தான். 'வள்ளலார்' என அழைக்கப் படும் இராமலிங்க அடிகள் ஊர்ப்பெயர் பற்றிய சிந்தனையை அவருடைய பாடல்களில் வெளிப்படுத்தியதாகக் குறிப்பர். எனினும், ஆய்வுநிலையில் 1939இல் "தமிழ் இடப்பெயர்கள்" எனும் தலைப்பில் சி.எம். இராமச்சந்திரன் செட்டியாரால் எழுதப் பெற்ற ஆய்வுக்கட்டுரையே தமிழ்நாட்டில் ஊர்ப்பெயராய்வு பற்றிய முதல் கட்டுரை என்பார் அ.ஜான்பீட்டர் (2006:22).

தமிழில் ஊர்ப்பெயராய்வு தொடர்பான அடிப்படைப் புரிதலையும் விழிப்புணர்வையும் ஏற்படுத்திய ஓர் ஆய்வுநூலாக ரா.பி.சேதுப்பிள்ளையின் 'தமிழகம் - ஊரும் பேரும்' எனும் நூலைக் குறிப்பிடலாம். இந்நூல் 1946ஆம் ஆண்டு வெளி வந்துள்ளது. இன்றளவும் தமிழக ஊர்ப்பெயர் ஆய்வுகளுக்கு முன்னோடியாகத் திகழ்வது இந்நூலே!

ஊர்ப்பெயர்கள் தொடர்பாகத் தமிழில் வெளிவந்துள்ள குறிப்பிடத்தகுந்த ஆய்வுகளாக (ஆய்வாளரின் பார்வைக்குக் கிட்டிய வரை) பின்வருவனவற்றைக் குறிப்பிடலாம்.

செ.சதாசிவம் - சேரநாடும் செந்தமிழும் (1949)

ஆர்.ஆளவந்தார் - கல்வெட்டில் ஊர்ப்பெயர்கள் (1983)

மெய்.சந்திரசேகரன் - தஞ்சை மாவட்ட ஊர்ப்பெயர்கள் (1983)

கி.நாச்சிமுத்து - தமிழ் இடப்பெயராய்வு (1983)

கரு.நாகராஜன் - செங்கை மாவட்ட ஊர்ப்பெயர்கள் (1983)

ஆர்.ஆளவந்தார் - இலக்கியத்தில் ஊர்ப்பெயர்கள் தொகுதி-I, II (1984)

கே.பகவதி - தமிழக ஊர்ப்பெயர்கள் (1986)

பா.அ.ம.மணிமாறன்- மதுரை மாவட்ட ஊர்ப்பெயர்கள் ஓர் ஆய்வு(2004)

அ.ஜான்பீட்டர் - திருவாரூர் மாவட்ட இடப்பெயர்கள் (2006)

எஸ்.எம்.கமால் & நா.முகம்மது செரீபு - இராமநாதபுரம் மாவட்டம்: வரலாற்றுக் குறிப்புகள்(1984)

க.பாலாஜி - பெருங்கற்காலப் பண்பாடு: சிவகங்கை மாவட்டம் (கள ஆய்வு)(2013)

ம.லோகேஸ்வரன் - நீர்நிலை உருவாக்கத்தில் உடைமைகளும் சாதிகளும் - கல்லல் ஒன்றியம் : சிவகங்கை மாவட்டம் (2015)

ஆய்வுநூல்கள் தவிர, பல்கலைக்கழகங்கள், உயராய்வு நிறுவனங்கள்வழி எண்ணிறந்த முனைவர்பட்ட ஆய்வேடுகள், இளம் முனைவர் பட்ட ஆய்வேடுகள், முதுகலைத் திட்டக் கட்டுரைகள் தமிழக ஊர்ப்பெயர்களை மையமிட்டு எழுந்துள்ளன. (இவை யனைத்தும் உரியவாறு நூலாக்கம் பெறின், ஊர்ப்பெயராய்வு வரலாற்றில் கூடுதல் வெளிச்சம் கிட்டும்.

சென்னை, மதுரைப் பல்கலைக்கழகங்கள் இணைந்து தமிழ்நாட்டின் 16 மாவட்டங்களிலுள்ள ஊர்ப்பெயர்களைச் சேகரித்து ஆய்வு செய்து, அவற்றை 'ஊர்ப்பெயர் அகராதியாக' வெளியிட்டுள்ளது.

1981-82 ஆம் ஆண்டு மதுரை காமராசர் பல்கலைக்கழகம் இளம்முனைவர் ஆய்வு (எம்.ஃபில்) மாணவ மாணவியருக்கு ஊர்ப்பெயராய்வைத் தலைப்பாகக் கொடுத்தது. 1982ஆம் ஆண்டு பிப்ரவரி மாதம் 16, 17 ஆகிய இரு நாட்களில் 12 இடப்பெயராய்வுக் கட்டுரைகளை வ.சுப.மாணிக்கம் தலைமையில் மதுரை காமராசர் பல்கலைக்கழகம் வாசிக்கச் செய்தது. 1982-ஆம் ஆண்டு மார்ச் மாதம் உலகத் தமிழாராய்ச்சி நிறுவனம் கருத்தரங்கினை நடத்தியது. மேலும், ஊர்ப்பெயர்களைத் தொகுத்து ஆய்வு செய்ய 16 பேர் கொண்ட குழுவை நியமித்தது (2014:13)

எனும் வீ.வாகேசுவரியின் பதிவுவழி ஊர்ப்பெயர் ஆய்வுகளுக்கு உயராய்வு நிறுவனங்கள் அளித்துள்ள முதன்மையை அறிய முடிகின்றது.

அழகப்பா பல்கலைக்கழகம் (பல்கலைக்கழகத் தொடக்கம் முதல் 2015 வரை, ஏறத்தாழ 25 ஆண்டுகளாக) முதுகலைத் தமிழ் பயிலும் மாணவர்களுக்கு அவர்களது படிப்பின் இறுதியில் அளிக்கவேண்டிய திட்டக்கட்டுரைக்கு 'கோயில் வரலாறு' எனும் தளத்தைக் கட்டாயத் தெரிவாக்கியிருந்தது. இதன்வழி, தென்மாவட்டங்களான சிவகங்கை, புதுக்கோட்டை, இராமநாத புரம், விருதுநகர், மதுரை ஆகியவற்றிற்கு உட்பட்ட ஊர்களி லுள்ள நாட்டார் தெய்வ, பெருந்தெய்வக் கோயில் வரலாறு பற்றிய தரவுகள் ஆவணப்படுத்தப் பெற்றுள்ளன. கோயில் வரலாற்றோடு அக்கோயில் இடம்பெற்றுள்ள ஊரின் வரலாறும் ஊர்ப்பெயர்க் காரணம் அறிதலும் அந்த ஆவணத்தில் தவிர்க்கவியலாத் தரவு களாகி விடுகின்றமை வெளிப்படை!

ஊர்ப்பெயர் ஆய்வின் தேவை

பழங்காலம் முதற்கொண்டு தமிழக ஊர்ப்பெயர்கள் காரண காரிய இயைபோடு பொருள் பொருத்தப்பாட்டுடன் வழங்கப் பெற்று வந்துள்ளன. ஆனால், இன்றைய காலகட்டத்தில் அப்பெயர்களுள் பலவும் பல்வேறு மாறுதலுக்கு உள்ளாகி வழங்கி வருகின்றன. இத்தகைய மாறுதல்களுக்கு 'மரூஉ' (மக்களின்

பேச்சுவழக்கால் நேரும் திரிபு) என்பதனை மட்டும் காரணமாகக் கூற இயலாது. தமிழ்ப் பண்பாட்டின் மீதான வடவர்தம் பண்பாட்டு ஊடாட்டம், மன்னராட்சிக் காலத்தில் வீரத்தின், தானத்தின், கொடையின் அடையாளமாய்ப் பெருமித உணர்வோடு பழைய பெயர்களைத் தவிர்த்துப் புதிய பெயரிடல், தன் விருப்பத்திற்குரியோரின் பெயரை மக்கள் வாழும் குடியிருப்புகளுக்கு இடுதல், மதமாற்றம், சாதிய அடையாள ஒட்டினைச் சேர்த்தல் என்பன போன்ற பல காரணிகளால் பல பெயர்கள் திரிந்தும், முற்றிலும் பெயர்மாற்றம் பெற்றும் வழங்கி வருகின்றன.

> பண்டைத் தமிழ்மன்னர்கள் தம் வெற்றியைத் தொடர்ந்து தன் பெயருக்கு முன்னால் அடைமொழி சேர்த்துக் கொண்டார்களே அன்றிப் பிற்காலச் சோழர்களைப் போல வெற்றியின் பெயரால் ஊர்ப்பெயர் வைத்துக் கொண்டதாகத் தெரியவில்லை.
>
> சங்ககாலத்தை அடுத்து வந்த களப்பிரர்கள் தம் பெயராலும் ஊர் அமைத்துள்ளனர். திருவாரூர் மாவட்டத்திலுள்ள களப்பால் களப்பிர மன்னன் பெயரால் அமைந்த ஊரே ஆகும்.
>
> பல்லவர் காலத்தில் ஊர்களுக்கு அரசன் பெயர்களும் பட்டப்பெயர்களும் வைத்துள்ளமை தெரிகிறது. மகேந்திரவாடி, மகேந்திரப் பள்ளி, மாமல்லபுரம் போன்றவை சில சான்றுகள்.
>
> பிற்காலச் சோழர் காலத்தில்தாம் ஊர்ப்பெயரிடும் முறையில் பெரும் மாற்றங்கள் நிகழ்ந்தன. அரசன் பெயர், அரசி பெயர், பட்டப்பெயர், வெற்றியால் வந்த சிறப்புப் பெயர், கொடை ஊர்களின் பெயர், பழைய பெயரை மாற்றுதல், புது ஊர்களை உண்டாக்கிப் பெயரிடுதல் – இப்படிப் பெயரிடுதலில் புதிய முறைகளைச் சோழர்கள் புகுத்தினர் (2010:2)

என்று அ.ப. பாலையன் குறிப்பிடும் செய்திகள் இங்கு ஒப்புநோக்கத் தக்கனவாகும்.

ஊர்ப்பெயர் பற்றிய சிந்தனையானது மானுட சமூகத்துக்கு ஏன் தேவை என்பதற்கு ‘மரைக்காடு→மறைக்காடு→வேதாரண்யம்’ எனும் சமஸ்கிருதமயமாக்கத்தைச் சிறந்த சான்றாகக் குறிப்பிடலாம்.

> நாகப்பட்டினம் மாவட்டம் கோடியக்கரைக்கு அருகில் உள்ள மான்கள் நிறைந்த காட்டை மரைக்காடு (மரை = மான்) என்பர். அதனை மறைக்காடு

என மாற்றி, பின்னர் வேதம் + ஆரண்யம் என சமசுகிருதப்படுத்தினர். (திருமறைக்காடு? – பேச்சு: பரலி சு.நெல்லையப்பர், ta.m.wikipedia.org)

எனும் பதிவு இங்குச் சிந்திக்கத்தக்கது. மரை, மரையா எனும் சங்க இலக்கியச் சான்றுகளைக் கொண்டு 'மரை' எனும் மான்கள் பெருமளவு வாழ்ந்த காடே மரைக்காடு என்று தமிழுணர்வாளர்களும், சைவசமயக் குரவர்களான சம்பந்தர், நாவுக்கரசர், சுந்தரர்தம் தேவாரப் பதிகங்களில் மறைக்காடு எனும் பதிவே சுட்டப்பெற்றுள்ளது. நான்மறைகளும் இறைவனைத் துதித்தமையால் இவ்வூர் மறைக்காடு எனப் பெயர் பெற்றது என்று சைவ மரபினரும் (வைதிக மரபினரும்) முரண்பட்ட நிலைப்பாட்டில் தம் கருத்தினை எழுத்திலும் பேச்சிலும் இணையப் பக்கங்களிலும் வெளிப்படுத்தி வருகின்றனர்.

மரைக்காடு - மறைக்காடு பற்றிய வாத-விவாதம் திகழ்வது ஒருபுறம்; மறைக்காடு -வேதாரண்யமாகச் சமஸ்கிருதமயமாக்கப் பெற்றதன் காரணம், தேவை பற்றிச் சமய மரபினர் மௌனம் காப்பது ஏன்? எனும் அடிப்படை வினா இங்கு எழவே செய்கின்றது.

இந்நிலையில் தமிழக அரசானது வேதாரண்யம் எனும் பெயரை மாற்றம் செய்வது தொடர்பான கருத்துருவை அப்பகுதி யைச் சேர்ந்த பொதுமக்களிடமிருந்து பெற (2012இல்) முடி வெடுத்துள்ளமை இங்குக் குறிப்பிடத்தக்கதாகும். இதுதொடர் பான ஊடகச்செய்தி வருமாறு:

(செய்தித் தலைப்பு)

வேதாரண்யம் பெயர் மாற்றம் : திரும'றை'க்காடு என்பதில் இருவேறு கருத்துக்களால் குழப்பம்

வேதாரணியம் என்று அழைக்கப்படும் ஊர்ப்பெயரை திருமறைக்காடு என மாற்றம் செய்வது தொடர்பாக வியாழக்கிழமை அரசு கருத்துரு பெற உள்ளது.

இந்நிலையில், வேதாரண்யம் என்ற பெயரை திரு ம'றை'க்காடு என அழைப்பதில் இருவேறு கருத்துக்கள்

எழுந்துள்ளதால், தமிழ் ஆர்வலர்களிடையே குழப்பம் நீடித்து வருகிறது.

நாகப்பட்டினம் மாவட்டத்தில் உள்ள வேதாரண்யம் பல் வேறு நிலைகளில் சிறப்புப் பெற்ற பகுதியாகும். இது திருமறைக்காடு என தமிழில் அழைக்கப்பட்டது. பிற் காலத்தில் வேத ஆரணியம் என மாற்றம் பெற்று, தொடர்ந்து வேதாரண்(ணி)யம் என்று மறுவியது.

வேதம் - மறை, ஆரண்யம் - காடு எனப் பொருள். இங்குள்ள கோயிலில் இறைவன் மறைக்காட்டு உறையும் மணாளன் என அழைக்கப்பட்டுள்ளார். அதுவே வடமொழியில் வேதாரண்யேஸ்வரர் எனவும் அழைக்கப்பட்டது.

நான்மறைகளும் இறைவனை வணங்கி வழிபட்ட தாகவும், பின்னர், அவை மரம், செடி, கொடிகளாக இன்றும் நின்று வருவதால், மறைக்காடு எனப் பெயர் பெற்றதாகவும் கூறப்படுகிறது.

ரிக், யஜுர், சாம, அதர்வண வேதங்கள் தங்கியிருந்த இடமே இங்குள்ள நாலுவேதபதி என்றும், அவை பூக்கள் பறித்த பகுதியே புஷ்பவனம் எனவும் இங்குள்ள கிராமங்களுக்கான பெயர்க்காரணம் கூறப்படுகிறது.

கோயிலில் சோழ மன்னர்கள் காலம் தொடங்கி, விஜய நகர மன்னர்கள் துளஜாஜி மகாராஜா காலத்து கல்வெட்டு களும் காணப்படுகின்றன. இவற்றில் திருமறைக்காடு என்றே குறிப்பிடப்பட்டுள்ளது.

முதல் ஏழு திருமுறைகளிலும் உள்ள தேவாரப் பதிகங் களில் திருமறைக்காடு எனக் குறிப்பிடப்படுகிறது. வேதங்கள் கோயிலின் கதவுகளை மூடிச் சென்றதாகவும் அவற்றைத் திறக்க, பின் அடைக்க தேவாரத் தமிழ்ப் பதிகம் பாடிய திருஞானசம்பந்தர், திருநாவுக்கரசர் ஆகியோரது பாடல்களிலும் சுந்தரர் பாடிய பத்துப் பதிகங்களிலும் இவ்வூரின் பெயர் வேதவனம், மறை வனம், மறைக்காடு எனக் குறிப்பிடப்பட்ட சான்றுகள் உள்ளன.

மரைக்காடு: மரை என்றால் மான் எனப் பொருள். இங்கு இன்றும் அரிய மான் இனங்கள் வாழ்ந்து வருகின்றன. இதன் காரணமாகவே மான்கள் வளரும் காடு எனப் பொருள்பட அமைந்த திருமரைக்காடு பிற்காலத்தில் திருமறைக்காடு என மாறி உள்ளது எனவும் சிலர் குறிப்பிடுகின்றனர்.

சமயத்தைப் பரப்பும் நோக்கம் கொண்டே மரை என்பது மறை (வேதம்) என மாற்றி அமைக்கப்பட்டதாக ஒரு தரப்பினரும், மறை என்பதற்கு வேதம் என்பது மட்டும் பொருள் அல்ல, மறை என்றால் சிறந்த இலக்கியத்தைக் குறிக்கும் என்றும் அதற்கு உதாரணமாகத் திருக்குறளை உலகப் பொதுமறை என அழைப்பதை மற்றொரு தரப்பினர் சுட்டிக்காட்டுகின்றனர்.

பெயர் மாற்றம்: வேதாரண்யத்தை திருமறைக்காடு என்று தமிழில் பெயர் மாற்றம் செய்ய வேண்டும் எனக் கடந்த பல ஆண்டுகளாக இங்கு உள்ள தமிழ் ஆர்வலர்கள், இலக்கிய அமைப்புகள் அரசுக்கு கோரிக்கை வைத்தன.

இந்நிலையில், திருமறைக்காடு எனப் பெயர் மாற்றம் செய்வது தொடர்பாகக் கருத்தறிய அரசு நடவடிக்கை எடுத்துள்ளது.

தமிழ் ஆர்வலர்களின் பல ஆண்டு கோரிக்கையை ஏற்று பெயர் மாற்றம் செய்ய அரசு கருத்துரு பெறும் நிலையில் திருமறைக்காடா அல்லது திருமரைக்காடா என்பதில் தமிழ் ஆர்வலர்களிடையே ஏற்பட்டுள்ள இருவேறுபட்ட கருத்துகள் குழப்பத்தை ஏற்படுத்தி உள்ளது.

இந்நிலையில், வேதாரண்யம் வட்டாட்சியர் அலுவலகத்தில் வியாழக்கிழமை (2012, ஜூன் 18) மாலை 4 மணிக்கு ஆர்வலர்களிடம் அரசு கருத்துரு பெற உள்ளது குறிப்பிடத்தக்கது. (www.dinamani.com, Published on 20th September 2012, 12:46 pm)

மேற்கண்ட நிகழ்நிரலின்படி, கருத்துருப் பெறப்பட்டதா? கருத்துருவில் இடம்பெற்ற கருத்துக்கள் (கொள்குறி வினாக்கள்) என்னென்ன? கருத்துருத் தொடர்பான அரசின் நிலைப்பாடு என்ன? என்பன போன்றவை தொடர் தேடலுக்கு உரியவை. எவ்வாறெனினும் கருத்துருப் பெறப்பட்டு 10 ஆண்டுகள் கடந்த நிலையிலும் பெயர்மாற்றம் நிகழவில்லை என்பது மட்டும் உறுதி. பெயர்மாற்றம் நிகழ்ந்திருப்பின் அச்செயலானது பண் பாட்டு மீட்டெடுப்பாகத் தமிழுணர்வாளர்களால் கொண்டாடப் பெற்றிருக்கும்.

இவ்வாறான திட்டமிட்ட பெயர்த்திரிபுகள் ஒருபுறம் நிகழ, மறுபுறம் சுருக்கம் கருதி - எளிமை கருதி - மக்கள் பேச்சுவழக்கில் மருவிய நிலையிலும் பெயர்த்திரிபுகள் நிகழ்ந்து வந்துள்ளன; வருகின்றன. இந்நிலைப்பாட்டுக்கு வரலாற்றுச் சிறப்புமிக்க ஊர்ப்பெயர்களும் தப்புவதில்லை. வரலாற்று அடையாளம் தாங்கிய சுந்தரபாண்டியன் பட்டினம் எனும் ஊர்ப்பெயரானது (இராமநாதபுரம் மாவட்டம்) S.P.பட்டினம் எனச் சுருக்கமாக வழங்கப்பெறுவதனையும், எம்மண்டலமும் கொண்டான் எனும் ஊர்ப்பெயரானது (இராமநாதபுரம் மாவட்டம்) என் மனம் கொண்டான் எனத் திரித்து வழங்கப்பெறுவதனையும், உ.வே.சா. பிறந்த ஊரான உத்தமதானபுரம் எனும் ஊர்ப் பெயரானது இன்று அப்பகுதி மக்களால் உத்தானம் எனப் பேச்சு வழக்கில் மருவி வழங்கப் பெறுவதனையும் இந்நிலைப் பாட்டிற்குச் சான்றுகளாகச் சுட்டலாம்.

தம் இயற்பெயரைப் பிறர் திரித்து வழங்குவதனை எவ்வாறு அவரவர் மனம் ஏற்காதோ அதேபோல் தம் ஊர்ப்பெயரும் எக்காரணம் கொண்டும் திரித்து வழங்கப் பெறுவதனை ஏற்காத மனநிலையானது ஒவ்வொரு தனிமனிதர்க்கும் ஏற்பட்டால்தான் இத்தகு திரிபுகளும் மாற்றங்களும் நிகழாவண்ணம் தவிர்க்க இயலும்.

ஊர்ப்பெயராய்வு தொடர்பான சில ஆய்வுநூல்களையும் இராமநாதபுரம் மாவட்ட நிலப்பரப்புத் தொடர்பான கல்வெட்டு, செப்பேடு தொடர்பான வரலாற்றுக் குறிப்புகளடங்கிய ஆவண நூல்களையும் ஒருமுறைக்கு இருமுறை கற்றபின்னரே ஊரகப்

பகுதிகளில் களஆய்வு மேற்கொள்ளப் பெற்றது. இராமநாதபுரம் மாவட்டம் - இராஜசிங்கமங்கலம் ஊராட்சி ஒன்றியம் தொடர்பான ஊர்ப்பெயராய்வில் ஈடுபடும் தகவலறிந்த முனைவர் சோ.முத்தமிழ்ச்செல்வன் (இணைப்பேராசிரியர், அய்யநாடார் ஜானகி அம்மாள் கல்லூரி, சிவகாசி) அவர்கள் யு.ஜி.சி. திட்ட ஆய்வாக இராமநாதபுரம் மாவட்ட ஊர்ப்பெயர்கள் எனும் தலைப்பில் தான் ஓர் ஆய்வுத்திட்டம் நிறைவு செய்துள்ளதாகவும் மின்னஞ்சலில் அதன் மென்நகல் அனுப்பி வைப்பதாகவும் கூறினார். ஆனால், அத்தரவு பெறப்படவில்லை. இனிமேல் பெற வேண்டும். இராஜசிங்கமங்கலம் ஊராட்சி ஒன்றிய ஊர்ப்பெயர்கள் தொடர்பான அலுவலகப் பெயர்ப்பட்டியல் பெறுவதற்கு உதவியவர் ஒன்றியப் பெருந்தலைவர் ராதிகாபிரபு அவர்கள்.

மண்ணின் மக்களிடையே தம் ஊரின் சிறப்பினை அறியும் ஆர்வம் உள்ளது. ஆனால், தம் ஊரிலுள்ள வரலாற்று அடையாளங்களைப் பேணிக் காக்கும் எண்ணம் அம்மக்களிடையே இல்லை. காரணம் - அம்மக்களிடையே வரலாற்றுணர்வு மிகுதி; வரலாற்றறிவு குறைவு.

தமது ஊருக்கு ஏன் இப்பெயர் ஏற்பட்டது? தமது ஊர்ப்பெயர் ஏன் இவ்வாறு திரித்து வழங்கப்படுகிறது? என்பது பற்றிய பொது அக்கறை இன்மையை மூத்த தலைமுறையினரிடம் காண முடிந்தது. அதற்கு நேர் எதிர்நிலையை இளந்தலைமுறையினரிடையே முழுவதும் எதிர்பார்க்க முடியவில்லை.

வீரம், கோட்டை, வாகை, சூரன் என்பன போன்ற அடையாளங்கொண்ட ஊர்களில் வாழும் இளைய தலைமுறையினர் தம் ஊரை, ஊர்ப்பெயரைப் பெருமித உணர்வுடன் வெளிப்படுத்துவதனைக் காண முடிந்தது. மாறாக, பச்சேரி, காலனி, ஒச்சன், பாப்பான், ஆதிதிராவிடர், சப்பானி என்பன போன்ற ஒட்டுக்கள் கொண்ட பெயர்களை அவ்வூரைச் சேர்ந்தோரே (குறிப்பாக, இளந்தலைமுறையினரே) இழிவு கருதிய பெயர்களாகப் பார்க்கும் மனநிலையை இக்களஆய்வின்போது உணர முடிந்தது.

களஆய்வின்போது சொந்த ஊர், கல்வி, பணிநிலை, பணிபுரியும் ஊர் ஆகியவற்றைக் கூறி அறிமுகப்படுத்திக்கொண்ட

பின்னரும் மூத்த தலைமுறையினரிடமிருந்து வந்த கட்டாய எதிர்வினா - "நீங்க என்ன ஆளுக ?" என்பது. அவர்களுள்ளும் ஊர்ப் பெயரை வைத்துச் சாதியை இனங்காணும் அளவுக்கு 'நாடறிந்த' தன்மையுடன் பலர் திகழ்ந்தமை.

முதற்கட்ட ஊரடங்கு (2020) ஓரளவுக்குத் தளர்த்தப்பட்ட சூழலில் இக்கள ஆய்வு மேற்கொள்ளப்பட்டது. போக்குவரத்து வசதியின்மை காரணமாகத் திருச்சிராப்பள்ளியிலிருந்து ஏறத்தாழ 160 கி.மீ. தூரம் கொண்ட வடவயலுக்கு (ஆய்வாளரின் சொந்த ஊர் இராஜசிங்கமங்கலம் ஊராட்சி ஒன்றியம்) மோட்டார்சைக்கிளில் பயணம் மேற்கொண்டு களஆய்வு மேற்கொள்ளப்பட்டது.

இராஜசிங்கமங்கலம் பெரிய கண்மாய் தொடர்பாகவும், பெரிய கண்மாய்க்குள் இடம்பெற்றுள்ள ஊர்கள் தொடர்பாகவும் தகவல் பல கூறியவர் என் தந்தை திரு.கா.முத்து அவர்கள். சனவேலி-கொசக்குடி - செங்கமடைக் கோட்டை - சேதுபதியினர் காலத்துக் கோட்டைக்குச் செல்வதற்கு உரிய அனுமதி பெறுவதில் உதவி, இறுதிவரை உடன்நின்றவர் என் சகோதரரின் புதல்வர் திரு. க.ரகுபதி B.Sc., B.Ed அவர்கள். டிஜிட்டல் புகைப்படக் கருவி கொண்டு புகைப்படம் எடுத்து உதவியவர் என் உடன்பிறந்த மூத்த சகோதரர் திரு. மு.கோவிந்தராஜ் B.Com (காளிதாஸ் ஆன்லைன் சர்வீஸ், வடவயல்-சோழந்தூர்) அவர்கள்.

அறுநூற்று மங்கலம் சிவன்கோயில் தொடர்பாகவும் அக்கோயிலுக்குரிய நிலமானியம் தொடர்பாகவும் பல தகவல் களை உடன்வந்து வழங்கி உதவியவர் மைத்துனர் திரு.அ.முருகையா (TNSTC நடத்துநர்) அவர்கள். கள்ளிக்குடி ஊராட்சி - தாழியாரேந்தல், கன்னாரேந்தல், அழியாதான்மொழி ஆகிய ஊர்கள் தொடர்பான தரவுகள் பெறுவதற்கு உடன்நின்று உதவியவர் நண்பர் சி.பழனி M.A., B.Ed அவர்கள்.

பிஷப் ஹீபர் கல்லூரியில் நான் பெற்ற முதல் ஆய்வுத்திட்டம் இது. இத்திட்டத்திற்குத் தெரிவுசெய்து நிதி நல்கிய கல்லூரி முதல்வர், ஆராய்ச்சிப்புல முதன்மையர் உள்ளிட்ட அனை வருக்கும் இவ்வேளையில் நன்றியைத் தெரிவித்து மகிழ்கின்றேன்.

ஆய்வுத்திட்டம் கிடைத்ததும் அத்தகவலைத் தொலை பேசிவழித் தெரிவித்தபோது, "மிக்க மகிழ்ச்சி! சிறப்பாகச்

செய்து உரிய காலத்திற்குள் ஒப்படையுங்கள்" என்று வாழ்த்தி, ஊர்ப்பெயராய்வு தொடர்பான சில நூல்விவரங்களையும் கூறி ஆற்றுப்படுத்தியவர் பேராசிரியர்.

பிறிதொரு சூழலில் பேசிக்கொண்டிருந்த வேளையில், இந்த ஆய்வுத்திட்டம் தொடர்பாகக் கேட்டறிந்து, இதனை நூலாக்கும் செயலில் ஈடுபடுங்கள் என்று கூறியதுடன், உரிய பதிப்பகத்தையும் தொடர்புபடுத்தி, இத்திட்டத்தின் அச்சுப்படியைப் படித்து, இதனை நூலாக்கம் செய்யலாம் எனப் பதிப்பகத்தார்க்குப் பரிந்துரைத்தவர் புதுச்சேரி - பிரெஞ்சு இந்திய ஆய்வியல் நிறுவன ஆராய்ச்சியாளர் நண்பர் முனைவர் மு.வெ.பிரகாஷ் அவர்கள்.

முனைவர் மு.வெ.பிரகாஷ் அவர்களின் பரிந்துரையை ஏற்று, ஆய்வுத்திட்டத்தை நூலாக்கி அழகு பார்த்தவர் தடாகம் பதிப்பகத்தைச் சேர்ந்த திரு. அமுதரசன் அவர்கள்.

ஊரடங்கு காலத்தில் அலைபேசிவழித் தொடர்புகொண்டு தரவுகள் சில கேட்டபொழுது மனமுவந்து தரவுகள் வழங்கி உதவிய, தொடர்புடைய அனைவருக்கும் நன்றி!

பெருமிதவுணர்வுடன்,

மு.முனீஸ்மூர்த்தி

அமுதகம்

வடவயல்

சோழந்தூர் (அஞ்சல்)

இராமநாதபுரம் - 623 537

moovendhan1887@gmail.com

வரலாற்றில் இராமநாதபுரம் மண்

தமிழகத்துக்கு மட்டுமின்றித் தென்னிந்தியாவுக்கும் நிலப்பரப்பில் தென்கிழக்கு எல்லையாக அமைவது இராமநாதபுரம் நிலப்பரப்பாகும். தற்போதுள்ள நிலவரப்படி (2023, ஆகஸ்ட்-30) தமிழகத்தில் உள்ள 38 மாவட்டங்களில் பழமையான மாவட்டங்களுள் இராமநாதபுரம் மாவட்டமும் ஒன்று. இம்மாவட்டம் பற்றிய ஒரு வரலாற்றுக் கண்ணோட்டத்தினை முன்வைப்பதாக இப்பகுதி அமைகின்றது.

நிலவியல் அமைப்பில் இராமநாதபுரம்

தமிழகப் பரப்பில் வங்கக்கடலின் தென்திசையில் கடலும் நிலமும் சூழ்ந்த நிலப்பரப்பே இராமநாதபுரம். 4123ச.கி.மீ. பரப்பளவில் தற்போது தனது நில எல்லையைக் கொண்டு திகழ்கின்றது இம்மாவட்டம். இம்மாவட்டத்தின் கிழக்கு, தெற்கு ஆகிய இரு திசைகளும் கடல்வளம் சூழ்ந்த பகுதிகளாகும். இம்மாவட்டத்தின் வடக்கிலும் வடமேற்கிலும் வடகிழக்கிலும் சிவகங்கை, புதுக்கோட்டை மாவட்டங்களும், மேற்கில் விருதுநகர் மாவட்டமும் தென்மேற்கில் விருதுநகர், சிவகங்கை மாவட்டங்களும் அமைந்துள்ளன.

இம்மண்ணில் பாயும் குறிப்பிட்டுச் சுட்டத்தக்க பெரிய ஆறு வைகை ஆறு.

தென்னிந்தியக் (தென்தமிழகக்) கடற்பரப்பையும் இலங்கை-யாழ்ப்பாணக் குடா நாட்டையும் பிரிக்கும் பாக் நீரிணை (Palk Strait, பாக் ஜலசந்தி) இங்கு உள்ளது. கி.பி.1755-1763 காலகட்டங்களில் சென்னை மாகாண ஆளுநராகத் திகழ்ந்த சர்.இராபர்ட் பாக் என்பார்தம் பெயரில் இது வழங்கப்பட்டு

வருகின்றது. மேற்குத் தொடர்ச்சி மலையில் (வருசநாடு, மேக மலை) உற்பத்தியாகும் வைகையாறு இந்த நீரிணை வழியேதான் வங்கக்கடலில் கலக்கின்றது.

கடலும் கடல்சூழ்ந்த நெய்தல் நிலமும், வயலும் வயல்சூழ்ந்த மருத நிலமும் கொண்ட இம்மண்ணானது வறட்சி, பஞ்சம் ஆகியவற்றின் பிடியிலேயே சிக்கித் தவித்து வருகின்றது.

சோழநாட்டுக்குப் பெருமையும் வளமும் சேர்க்கும் காவிரி போல் பாண்டிய நாட்டுக்குப் பெருமை சேர்க்கும் வைகை இருந்தும் இராமநாதபுரம் மண்ணில் பெரும்பாலான நிலப்பரப்புகள் வானம் பார்த்த பூமியாகவே திகழ்கின்றன. இராமநாதபுரம் மண்ணிற்கும் வைகை ஆற்றிற்கும் உள்ள உறவுநிலை பற்றி,

> இம்மாவட்டத்திற்கு இயற்கையின் இன்னருங் கொடையாக விளங்குவது "தமிழ்க் கண்டதோர் வைகை" ஆறாகும். மதுரையை வளமுறச் செய்துவிட்டு வங்கக்கடல் நோக்கிச் செல்லும் வழியில் மாவட்டத்தின் வடகிழக்குப் பகுதி நிலங்களை வைகை நஞ்சையாக மாற்றி வளஞ் சேர்க்கிறது... தென்மேற்கு, வடகிழக்குப் பருவக்காற்றுகளினால் பெறுகின்ற பருவமழை இம்மாவட்டத்தின் எல்லாப் பகுதிகளிலும் எல்லா ஆண்டுகளிலும் சீராக இருப்பதில்லை. சில ஆண்டுகளில் புயலும் பெருமழையும் இருந்துள்ளன. என்றாலும் பெரும்பகுதிகள் வறட்சியாலும் நீர்ப்பற்றாக்குறையாலும் பெரிதும் பாதிக்கப்பட்டுப் பஞ்சத்தைத் தோற்றுவிப்பனவாக இருந்து வந்துள்ளன (1984:4,5)

என்று மதிப்பிடுவர் எஸ்.எம்.கமால் & நா.முகம்மது செரீபு.

> பொதுவாக மழைக்காலத்தில் குறிப்பாக வடகிழக்குப் பருவமழைக் காலங்களில் மட்டும் இவ்வாற்றில் நீர்ப்பெருக்கு ஏற்படும். பிற காலங்களில் பொதுவாக வறண்டே காணப்படும். இதன் வறட்சிக்கு காரணமாக வெள்ளிமலையில் ஏற்படுத்தப்பட்ட அணையும் அதிலிருந்து நீர் மேற்காகக் கேரள எல்லையை நோக்கித் திருப்பப்பட்டுப் பெரியார் நீர்த்தேக்கத்தில் (தேக்கடி) தேக்கப்படுவதால் மழைக்காலங்கள் தவிர பிற காலங்களில் தண்ணீர் வரத்து வராதபடி செயற்கையாக வறட்சி ஏற்படுத்தப்பட்டு உள்ளது எனலாம் (வைகை வரலாறு – www.dinaanjal.in)

எனும் குறிப்பில் இடம்பெற்றுள்ள 'செயற்கையாக வறட்சி ஏற்படுத்தப்பட்டு உள்ளது' எனும் நிலைமையையும் கவனத்திற் கொள்ள வேண்டியுள்ளது. இதன் காரணமாக,

"நளிகடல் முன்னி யதுபோலும் தீநீர்
வளிவரல் வையை வரவு
வந்து மதுரை மதில்பொரூஉம்" (பரி.12:7–9)

என்றும்

"உலகுபுரந் தூட்டும் உயர்பேர் ஒழுக்கத்துப்
புலவர் நாவில் பொருந்திய பூங்கொடி
வையை என்ற பொய்யாக் குலக்கொடி" (சிலப்.13:168–170)

என்றும் பழந்தமிழ்ப் புலவர்களால் காட்சிப்படுத்தப்பெற்ற வைகையாற்றின் இன்றைய அவலநிலைக்கு இயற்கை காரண மன்று என்பது மட்டும் தெளிவாகத் தெரிகின்றது.

இம்மண்ணில் வைகையாறு தவிர விரிசுழி ஆறு, அரிசிலை ஆறு, மணிமுத்தாறு, கோட்டைக்கரை ஆறு, குண்டாறு, மலட்டாறு, வைப்பாறு, பாலாறு, அர்ஜூனா ஆறு, பாம்பாறு ஆகிய சிற்றாறுகளும் உள்ளன. எனினும், மிகுதியான மழையால் நேரும் வெள்ளப்பெருக்குக் காலங்களில் மட்டுமே இவற்றில் நீரைக் காண இயலும்.

எனவே, ஆற்றுநீர்ப் பாசனத்தை மட்டுமே நம்பியிராத இராம நாதபுரம் மண் செயற்கையாக உருவாக்கப்பெற்ற நீர்நிலைகளான ஏரி, கண்மாய், ஏந்தல், குளம் என்பன போன்றவற்றின்வழி உணவு உற்பத்தி சார்ந்த நீர்த்தேவையை நிறைவுசெய்து கொண்டு வருகின்றது. தமிழகத்தில் உள்ள நீர்நிலைகள் பற்றிய ஆய்வு மேற்கொண்ட பழ.கோமதிநாயகம் குறிப்பிடும் குறிப்பொன்று இராமநாதபுரம் பகுதியானது எந்த அளவுக்கு வானம் பார்த்த பூமியாக உள்ளது என்பதனைச் சொல்லாமல் சொல்லிச் செல் கின்றது. அக்குறிப்பு வருமாறு:

> **தமிழ்நாட்டில் 39,000ஏரிகள் உள்ளன. இவற்றில் 80 சதவிகிதம் மதுரை, இராமநாதபுரம், புதுக்கோட்டை, தென்னார்க்காடு, செங்கற்பட்டு மாவட்டங்களிலேயே உள்ளன. இவையெல்லாம் பல்லவர், சோழர், பாண்டிய மன்னர்கள் காலத்தில் கி.பி.600லிருந்து உருவானவை** (2013:1)

தமிழகத்தில் 39202 குளங்கள் (ஏரி, கண்மாய், குளம்) இருப்பதாகக் (இருந்ததாகக்) குறிப்பிடும் பழ.கோமதிநாயகம், இராமநாதபுரம் பகுதியில் மட்டும் (ஒருங்கிணைந்த இராம நாதபுரம் - இராமநாதபுரம், சிவகங்கை, விருதுநகர்) 10,208 குளங்கள் இருப்பதாகப் பட்டியலிட்டுள்ளார் (2013:95). இந்த

எண்ணிக்கையை விழுக்காட்டு அடிப்படையில் நோக்கும்பொழுது 26 விழுக்காடு என அமைகின்றது. அதாவது, தமிழகத்தின் ஒட்டுமொத்த நீர்நிலைகளில் நான்கில் ஒரு பங்கினை ஒருங் கிணைந்த இராமநாதபுரம் நிலப்பரப்பானது கொண்டு திகழ்கின்றது என்பது இதன்வழி வெளிப்படும் உண்மையாகும்.

நிருவாக ஆளுகையில் இராமநாதபுரம் பெறும் இடம்

புராண இதிகாசச் சிறப்பு, வரலாற்றுச் சிறப்பு என இரு நிலைகளிலும் பெயர் பெற்று விளங்கி வருகின்றது இராமநாதபுரம் மண். வடஇந்தியப் பகுதியில் உள்ள புனிதத் தலமான வாரணாசிக்கு(காசிக்கு) இணையாகக் கருதப்பெறும் புனிதத் தலமான இராமேசுவரம் எனும் ஊரானது இராமநாதபுரத்தின் அடையாளங்களுள் ஒன்றாகத் திகழ்கின்றது. இராமன் வணங்கிய ஈச்சுரம்(சிவ வடிவம்) எனும் பொருளில் 'இராம ஈச்சுரம்' எனும் அடையாளப் பெயர் உருவாகி, அப்பெயர் பின்னாளில் இராமேச்சுரம், இராமேசுவரம், இராமேஸ்வரம் என வழங்கப் பெற்று வருகின்றது.

சைவ சமயக் குரவர் நால்வருள் வைப்புமுறையில் முதலாமவ ராகக் குறிப்பிடப்பெறும் ஞானசம்பந்தர் (கி.பி.7ஆம் நூ.) பாடிய திருமுறைப் பாடல்களுள் மூன்றாம் திருமுறையில் இவ்வூரானது இராமேச்சுரம் எனக் குறிப்பிடப் பெற்றுள்ளது கவனத்திற்குரியது. சான்றுக்கு ஒரு பாடல் வருமாறு:

திருவிராமேச்சுரம்

"தேவியை வவ்விய தென்னிலங் கைத்தச மாமுகன்
பூவிய லும் முடி பொன்றுவித் தபழி போயற
ஏவிய வஞ்சிலை யண்ணல்செய் தவிரா மேச்சுரம்
மேவிய சிந்தையி னார்கள்தம் மேல்வினை வீடுமே"

(பதிக எண்–10, பா.2)

ஞானசம்பந்தரின் காலத்தவராகக் கருதப்பெறும் நாவுக்கரசர் பாடிய திருமுறைப் பாடல்களுள் நான்காம் திருமுறையிலும் 'இராமேச்சுரம்' என்றே இவ்வூரானது குறிக்கப் பெற்றுள்ளது. சான்றுக்கு ஒரு பாடல் வருமாறு:

"பாசமுங் கழிக்க கில்லா அரக்கரைப் படுத்துத் தக்க
வாசமிக் கலர்கள் கொண்டு மதியினால் மால்செய் கோயில்
நேசமிக் கன்பி னாலே நினைமினீர் நின்று நாளும்
தேசமிக் கானி ருந்த திருவிரா மேச்சு ரம்மே"

(பதிக எண்–61, பா.1)

இங்குள்ள சிவனின் பெயர் இராமநாதசுவாமி என்பதாகும். (அதாவது, இராமன் வணங்கிய நாதன்(சிவன்) எனும் பொருளில்). எனவே, இராமநாதபுரம் எனும் ஊர்ப்பெயர் உருவாக்கமும் சமயச் சார்பினதே!

இராமநாதபுரத்திற்கு முகவை எனும் பெயரும் வழங்கி வருகின்றது. முகவை இராமாநுசக் கவிராயர் எனும் புலவர் பெயர்வழக்கு இங்கு எண்ணத்தக்கது. எனினும், இப்பெயர்வழக்கு எக்காலத்தது என்பது தனிஆய்வுக்குரியது.

வரலாற்றுச் சிறப்பு எனும் நிலையில் இராமநாதபுரம் பகுதி பெறும் இடத்தினை,

I. மன்னராட்சிக் காலத்தில் இராமநாதபுரம்

II. மக்களாட்சியின்கீழ் இராமநாதபுரம்

எனும் இருபெரும் பகுதிகளாகப் பகுத்து மதிப்பிடலாம்.

பகுதி - I

மன்னராட்சிக் காலத்தில் இராமநாதபுரம்

அடிப்படையில் இம்மண்ணானது பாண்டியநாட்டு நிலப்பரப்புக்கு உட்பட்ட ஒரு சிறுபகுதியாகும். இன்றைய மதுரையிலிருந்து சுமார் 150கி.மீ. தொலைவில் உள்ளது இராம நாதபுரம். பாண்டியர்களுக்கு (முற்காலம், பிற்காலம்) மதுரை, கொற்கை ஆகியனவே தலைநகரங்களாக இருந்துள்ளமையை வரலாறு சுட்டும்.

மன்னராட்சிக் காலத்தில் இராமநாதபுரம் பெற்ற இடத்தை மதிப்பிடுவதற்கு அவ்வரலாற்றுக் காலத்தை,

i) பாண்டியரது ஆளுகை

ii) சோழரது ஆளுகை

iii) விஜயநகர - நாயக்கரது ஆளுகை

iv) சேதுபதியினரது ஆளுகை

என நாற்பெரும் பகுதிகளாகப் பகுத்துக் கொள்ளலாம்.

பாண்டியரது ஆளுகை

பழந்தமிழக நிலப்பரப்பைச் சேர மண்டலம், சோழ மண்டலம், பாண்டிய மண்டலம் எனப் பாகுபாடு செய்வர் வரலாற்றாசிரியர்கள். இம்மண்டலங்களை ஆட்சிபுரிந்தோர் சேர, சோழ, பாண்டியர் எனும் மூவேந்த மரபினர் ஆவர். பாண்டிய மண்டலம் என்பது மதுரை, இராமநாதபுரம், திருநெல்வேலி ஆகிய பெருநிலப் பரப்புகளை உள்ளடக்கிய பகுதியாகும். வரலாற்றுக் காலத்துக்கு முற்பட்ட காலத்திலும் பாண்டியநாடு, பாண்டியர்குடி திகழ்ந்திருத்தல் வேண்டும். பழம்பாண்டிய நாடு இன்றைய தென்தமிழக எல்லையான குமரிக்கடலையும் தாண்டித் தெற்கே பல 'காவத' தூரம் அமைந்த குமரிமலை, பஃறுளியாறு, பன்மலை அடுக்கம் என்பன போன்றவற்றை உள்ளடக்கிய (கடல் கொண்ட தென்னாடாகிய) குமரிக்கண்டம் (லெமூரியா) வரைக்கும் பரவியிருந்ததாகச் சான்றுகள் வழி நிறுவியுள்ளனர் வரலாற்றாய் வாளர்கள். இத்தொடர்பின் மீள்பதிவினைச் சிலப்பதிகாரத்திலும் காணலாம்.

> **"பஃறுளி யாற்றுடன் பன்மலை யடுக்கத்துக்**
> **குமரிக் கோடும் கொடுங்கடல் கொள்ள**
> **வடதிசைக் கங்கையும் இமயமும் கொண்டு**
> **தென்திசை ஆண்ட தென்னவன்"** **(சிலப்.11:19–22)**

சிலப்பதிகாரத்துக்கு உரையெழுதிய உரையாசிரியர் அடியார்க்கு நல்லார் (கி.பி. 13ஆம் நூற்றாண்டு) குமரிக்கண்ட நிலப் பரப்புக்குரியோராகப் பாண்டிய மன்னரையே குறிப்பிட்டுள்ளார். மேலும், கடல் கொண்ட பகுதிகள் எவையெவை என்பன பற்றியும் பட்டியலிட்டுக் காட்டியுள்ளார். அவர்தம் சிலப்பதிகார உரைப்பகுதி வருமாறு:

...அவருட் கவியரங்கேறினார் எழுவர் பாண்டியருள் ஒருவன் சய மாகீர்த்தியனாகிய நிலந்தரு திருவிற் பாண்டியன் தொல்காப்பியம் புலப் படுத்து இரீயினான். அக்காலத்து அவர் நாட்டுத் தென்பாலி முகத்திற்கு வடவெல்லையாகிய பஃறுளி யென்னு மாற்றிற்கும் குமரியென்னு மாற்றிற்கு மிடையே எழுநூற்றுக் காவத வாறும் இவற்றின் நீர் மலிவானென மலிந்த ஏழ்தெங்க நாடும் ஏழ்மதுரை நாடும் ஏழ்முன்பாலை நாடும் ஏழுபின்பாலை நாடும் ஏழ்குன்ற நாடும் ஏழ்குண காரை நாடும் ஏற்குறும்பனை நாடுமென்னும் இந்த நாற்பத்தொன்பது நாடும் குமரி கொல்ல முதலிய பன்மலை நாடும் காடும் நதியும் பதியும் தடநீர்க் குமரி வடபெருங் கோட்டின்காறும் கடல் கொண்டொழிதலாற்...

(சிலப்.8:1–2, அடியார்க்கு நல்லார் உரை).

தமிழ்நில முடியுடை மூவேந்தருள் சங்கம் வைத்துத் தமிழாய்ந்த பெருமைக்குரியோராகவும் பாண்டியரே திகழ்ந்துள்ளனர். பாண்டியர்கள் நிறுவிய முச்சங்கத்தின் தொடர்ச்சியாக மதுரை நகரில் நான்காம் தமிழ்ச்சங்கம் எனும் ஒர் அமைப்பு உக்கிரபாண்டியன் எனும் இயற்பெயர் கொண்ட பாண்டித்துரைத் தேவரால் கி.பி.1901இல் தொடங்கிச் செயல்படுத்தப் பெற்றுள்ளமை இங்குக் குறிப்பிடத்தக்கது. (நான்காம் தமிழ்ச்சங்கம் கண்ட பாண்டித்துரைத் தேவர் பிறந்தது இராமநாதபுரம் மண் என்பது கூடுதல் செய்தி!)

கி.பி.3ஆம் நூற்றாண்டு முதல் கி.பி.6ஆம் நூற்றாண்டு வரை பாண்டிய நாடும் தமிழகத்தின் பிற பகுதிகளும் களப்பிரர் ஆட்சிக்கு உட்பட்டிருந்தன என்பதும் களப்பிரர் ஆட்சியைப் பாண்டிய நாட்டினின்று அகற்றியவன் கடுங்கோன் (கி.பி.575) எனும் பாண்டிய மன்னன் ஆவான் என்பதும் தமிழக வரலாற்று வழி அறியலாகும் அடிப்படைச் செய்தியாகும்.

களப்பிரரிடமிருந்து தம் நாட்டை மீட்ட பாண்டிய மன்னர்கள் அதன்பின் கி.பி.919 வரை பாண்டிய நாட்டில் பேரரசர்களாகவே திகழ்ந்துள்ளனர். 919இல் சோழர்களிடம் ஆட்சியை இழந்த பாண்டிய அரசர் சிற்றரசு நிலைக்குத் தள்ளப்பட்டுள்ளனர். இடைப்பட்ட காலத்தில் பாண்டிய நாடு சோழர்க்கு உட்பட்ட நாடாகியுள்ளது.

ஆக, 6ஆம் நூற்றாண்டு முதல் (கி.பி.575 முதல்) 10ஆம் நூற்றாண்டின் தொடக்கம் வரை (கி.பி.919வரை) பாண்டிய அரசர்க்கு உட்பட்ட பரப்பாகவே பாண்டியநாடு திகழ்ந்துள்ளது.

சோழரது ஆளுகை

இராமநாதபுரம் நிலப்பரப்பானது பாண்டிய நாட்டுக்கு உட்பட்ட நிலப்பரப்பு என்பது சொல்லாமல் பெறப்படும் செய்தி. ஆனால், இராமநாதபுரம் நிலப்பரப்பானது ஏறக்குறைய 300 ஆண்டுகளாகச் சோழ மன்னர்களின் ஆட்சிக்கு உட்பட்ட நிலப்பரப்பாகத் திகழ்ந்துள்ளதனை வரலாற்றுக் குறிப்புகள்வழி அறிய இயலுகின்றது. அதாவது, கி.பி.919முதல் கி.பி.1218வரை இப்பகுதி சோழர்களின் ஆளுகைக்கு உட்பட்டுத் திகழ்ந்துள்ளது. இதனைக் கல்வெட்டு, செப்பேட்டுச் சாசனங்கள்வழி விளக்குவர் எஸ்.எம்.கமால் & நா.முகம்மது செரீபு.

> இராமநாதபுரம் மாவட்டத்தின் முழுமையும் பாண்டியநாட்டின் பகுதியாக விளங்கிய போதிலும் சுமார் 300ஆண்டுகள் சோழப் பேரரசின் ஆட்சிக்கு அடங்கிய நாடாக கி.பி.919முதல் இருந்து வந்துள்ளதனை வரலாறு வர்ணித்துள்ளது. அப்பொழுது இந்த மாவட்டத்தின் வடபகுதியில் இராஜராஜப் பாண்டியநாடு, இராஜேந்திர சோழ வளநாடு எனவும், தென்பகுதி செம்பிநாடு எனவும் வழங்கப்பட்டது. இதன் நிர்வாகத்தைச் சோழ இளவல்கள் 'சோழ பாண்டியர்' என்ற பட்டத்தைச் சுமந்து இயக்கி வந்தனர். இவர்களில் சிறப்புற்ற சோழகங்க தேவன், சோழகங்கன் ஆகியோர்கள் பற்றிய செய்திகளை அருப்புக்கோட்டை கல்வெட்டிலும், பள்ளிமடம் கல்வெட்டிலும் இருந்து தெரிந்து கொள்ள முடிகிறது.
>
> மேலும், இராஜராஜ சோழனது கல்வெட்டுக்கள் எதிர்கோட்டையிலும் (கி.பி.1007) திருச்சுழியிலும் (கி.பி.997) திருப்புத்தூரிலும்(கி.பி.1013) உள்ளன. சோழப்பேரரசின் பெருமைக்குரிய இன்னொரு பேரரசனான மூன்றாம் குலோத்துங்க சோழதேவனது 35-வது ஆட்சி ஆண்டு கல்வெட்டு பிரான்மலையிலும், 22, 40, 48, 49-வது ஆட்சியாண்டுக் கல்வெட்டுக்கள் குன்றக்குடியிலும், 44-வது ஆட்சியாண்டு கல்வெட்டு பெருங்கருணையிலும், 48-வது ஆட்சியாண்டு கல்வெட்டு கோவிலாங்குளத்திலும் கிடைத்துள்ளன. இராமநாதபுரம் வட்டம் பெரியபட்டினம் கிராமத்தில் நிகழ்த்திய அகழ்வுகளில் 'ராஜராஜசோழன்', 'சுங்கம் தவிர்த்த சோழன்' ஆகியவர்களது செப்புக்காசுகள்

கிடைத்துள்ளன. இவை இந்த மாவட்டத்தில் சோழர்களது வலுவான ஆட்சி நடைபெற்றதற்கு வரலாற்றுச் சான்றுகளாக உள்ளன. கி.பி. 1218-ல் குலோத்துங்க சோழனது வீழ்ச்சி பாண்டியர்களது இரண்டாவது பேரரசின் எழுச்சியைக் காட்டியது... இராமநாதபுரம் வடக்கில் உள்ள தேவிபட்டினம் ராஜராஜ சோழனது இல்லக்கிழத்தியான லோகமகாதேவியின் நினைவாக அமைக்கப்பட்ட ஊராகும். உலக மகா தேவிப்பட்டினம் என்பதுதான் நாளடைவில் வழக்கில் பகுதி மறைந்து தேவிப்பட்டினம் என வழங்கி வருகிறது. (1984:10,11)

பத்தாம் நூற்றாண்டின் தொடக்கத்தில், மூன்றாம் இராஜசிம்ம பாண்டியனின் ஆட்சியின்கீழ்ப் பாணடியநாடு திகழ்ந்த காலத்தில் பாண்டிய நாட்டை முழுமையாகக் கைப்பற்றிய சோழ மன்னனாக முதலாம் பராந்தக சோழனை அடையாளப்படுத்தியுள்ளார் தி.வை. சதாசிவ பண்டாரத்தார். இதுபற்றித் தான் எழுதிய 'பாண்டியர் வரலாறு'(1940) எனும் நூலில் குறிப்பிட்டுள்ள செய்தி வருமாறு:

சோழ மண்டலத்தில் கி.பி.907-ல் முடிசூடிக் கொண்ட முதற்பராந்தக சோழன், அவனது ஆட்சியின் மூன்றாம் ஆண்டில் 'மதுரை கொண்ட கோப்பரகேசரி' என்று கல்வெட்டுக்களில் குறிக்கப்பெற்றுள்ளான். இதனால் முதற்பராந்தக சோழன் கி.பி.910-ல் இம்மூன்றாம் இராசசிம்ம பாண்டியனோடு போர்புரிந்து அவனை வென்றிருத்தல் வேண்டுமென்பது நன்கு புலப்படுகின்றது...

சின்னமனூர்ச் செப்பேடுகள் இராசசிம்ம பாண்டியன் தஞ்சை வேந்தனை வைப்பூரிலும் நாவற்பதியிலும் போரில் வென்றானென்று கூறுவதால் இப்பாண்டியனுக்கும் முதற்பராந்தக சோழனுக்கும் அடிக்கடி போர்கள் நிகழ்ந்திருத்தல் வேண்டும் என்பதும் அவற்றுள் சிலவற்றில் பாண்டியனும் சிலவற்றில் சோழனும் வெற்றி பெற்றிருத்தல் வேண்டும் என்பதும், இறுதியில் வெள்ளூரில் நிகழ்ந்த போரில் இராசசிம்மன் தோல்வியுற்றுப் பராந்தகன்பால் பாண்டிநாட்டை இழக்கும்படி நேர்ந்திருத்தல் வேண்டும் என்பதும் நன்கு தெளியப்படும்.

...பாண்டியரது ஆட்சி இம்மன்னன் காலத்தே தான் மிகவும் தாழ்ந்த நிலையையடைந்து வீழ்ச்சியெய்திற்று; பாண்டிநாடும் சோழரது ஆளுமைக் குள்ளாயிற்று. திருநெல்வேலி, மதுரை, இராமநாதபுரம் முதலான ஜில்லாக்களிலும் திருவாங்கூர் நாட்டின் சில பகுதிகளிலும் காணப்படும் முதற்பராந்தக சோழன் கல்வெட்டுக்கள் இவ்வுண்மைகளை நன்கு விளக்குங் கருவிகளாக உள்ளன. (1998:73-75)

மேலும், சோழர்கள் தங்களது எல்லையைத் தென்பகுதியில் ஈழதேசம் வரை நிறுவியுள்ளனர் என்பதன்வழி இடைப்பட்ட பாண்டிய நாடும் அவ்வெல்லைக்குள் அடங்கும் என்பது சொல்லாமல் பெறப்படும் செய்தியாகும். மறவர் பிரிவுகளுள் 'செம்பிநாட்டு மறவர்' எனும் பிரிவு உள்ளது குறிப்பிடத்தக்கது.

> செம்பியன் என்பது சோழருக்குரிய பெயர். எனவே, 'செம்பிநாடு' மறவருக்குரியது என்றால் அவர் சோழரோடு தொடர்புடைய குடியினர் என்பது பெறப்படும்...
>
> சேதுபதிகள் ஆட்சிக்குரிய நாட்டைச் செம்பிநாடு என்று புள்ளை அந்தாதி கூறுகிறது. சேதுநாட்டுக்கு 'ராசேந்திர மங்கலநாடு' என்று பெயர் வழங்குகிறது. இராமநாதபுரம் வரும்முன் சேதுபதிகளின் முன்னோர்கள் துகவூர்க் கூற்றத்துக் காத்தூரான குலோத்துங்க சோழநல்லூர் கீழ்ப்பால் விரையாதகண்டனில் இருந்தனர் என்று எல்லாச் செப்பேடுகளும் கூறுகின்றன.
>
> கி.பி.1059இல் சோழர், இலங்கைமீது படை எடுத்தபோது சென்ற பாதையில் பாதுகாப்பிற்காக ஒரு படையை நிறுத்தினர் என்றும் அப்படைத்தலைவன் வழிவந்தவனே பின்னாளில் சேதுபதிகள் என்னும் சிறப்பினைப் பெற்றனர் என்றும் கூறப்பெறுகிறது. சேதுபதிகட்குரிய கொடிகளில் 'புலிக்கொடியும்' உரியதாகக் கூறப்படுகிறது. அபிதான சிந்தாமணி 'குலோத்துங்க சேதுபதி' என்பவர் ஒருவர் இருந்த செய்தியைக் கூறுகிறது (1994: vii, viii)

என்று சேதுபதி மன்னர்களது செப்பேடுகள்வழி இராமநாத புரத்துக்கும் சோழர்களுக்கும் இருந்த தொடர்பினை அடையாளப் படுத்தியுள்ளார் செ.இராசு. இவ்வாறாகப் பாண்டிய நாட்டுக்கு உட்பட்ட இராமநாதபுரம் பகுதியானது சோழ அரசர்களது ஆளுகையின் கீழும் இருந்துள்ளதனை அறிய முடிகின்றது. சோழர்கள் இம்மண்ணில் தமது அடையாளத்தை நிலைநிறுத்தும் நோக்கில் பல ஊர்ப்பெயர்களைத் தம் குடிப்பெயரில் வழங்கச் செய்துள்ளனர். சோழவந்தான், சோழபுரம், சோழியக்குடி, சோழன்குளம், சோழந்தூர் என்பன போன்ற ஊர்ப்பெயர்களை இதற்குச் சான்றாகக் காட்டலாம்.

முகம்மதியர் படையெடுப்பு

கி.பி.919முதல் 1218வரை தம் நிலப்பரப்பினைச் சோழ மன்னர் களிடம் இழந்து, அவர்கட்குத் திறை செலுத்தி ஆட்சிபுரியும் சிற்றரசர்களாகத் திகழ்ந்த பாண்டிய மன்னர்கள் 1218இல் மூன்றாம்

குலோத்துங்க சோழனின் இறப்புக்குப்பின் தன்னரசு புரியும் பேரரசராக மேலெழுந்துள்ளனர். அதுநாள்வரை சோழர்க்குத் திறை செலுத்தி அடங்கியிருந்த பாண்டியர்கள் சோழநாட்டின் மீதே படையெடுத்துச் சென்று வெற்றியை ஈட்டும் அளவுக்கு வலிமை பெற்று (மறுதலையாகச் சோழவேந்தன் மூன்றாம் இராஜராஜன் வலிமை குன்றி) விளங்கியுள்ளமையை வரலாற்றுக் குறிப்புகள் வழி அறிய இயலுகிறது.

1218முதல் 1310வரை பல்வேறு வேற்றரசர்களின் படை யெடுப்புகள், போர்கள், எல்லையிழப்புகள், இழந்த எல்லை மீட்புகள் என்பனவற்றுக்கு ஆளான பாண்டிய நாடு 1310இல் மீண்டும் நிலைகுலையத் தொடங்கியுள்ளது. காரணம் - பாண்டியர் களுக்கு இடையேயான வாரிசுரிமைப் பூசல். மாறவர்மன் குலசேகர பாண்டியனின் புதல்வர்கள் சடையவர்மன் சுந்தரபாண்டியன் (மூத்தவன்), சடையவர்மன் வீரபாண்டியன் (இளையவன், மாற்றாந்தாயின் மகன்) ஆவர். இவர்களுள் மூத்தவனான சுந்தரபாண்டியனுக்கு அரசுரிமையை வழங்காமல் இளையவனான வீரபாண்டியனுக்குக் குலசேகரபாண்டியன் அரசுரிமையை வழங்கி யமையால் மனம் வெறுத்த சுந்தரபாண்டியன், தன் தந்தையைக் கொன்று ஆட்சிக்கட்டிலில் ஏற, அந்நிகழ்வானது பாண்டிய நாட்டில் பல்வேறு அரசியல் குழப்பங்கட்கும் வடஇந்திய முகமதிய மன்னனான அலாவுதீன் கில்ஜியின் படைத்தலைவனான மாலிக்காபூரின் படையெடுப்புக்கும் வித்திட்டுள்ளது என்று வரலாறு வர்ணிக்கிறது.

இவ்விருவரும் (சுந்தரபாண்டியன், வீரபாண்டியன்) பாண்டி நாட்டில் வெவ்வேறிடங்களில் இருந்து ஒரே காலத்தில் ஆட்சி புரிந்திருத்தல் வேண்டு மென்பதிற் சிறிதும் ஐயமில்லை. மறுபடியும் இவ்விருவர்க்கும் நிகழ்ந்த போரில் தோல்வியுற்ற சுந்தரபாண்டியன் அலாவுடீன் கில்ஜியின் படைத்தலைவனான மாலிக்காபூரைத் தென்னாட்டின்மீது படையெடுத்து வருமாறு அழைத்தமை குறிப்பிடத்தக்கதொன்றாம். இது கி.பி.1310ஆம் ஆண்டின் இறுதியில் நிகழ்ந்ததென்று மகமதிய சரித்திர ஆசிரியனாகிய 'வாசப்' கூறியுள்ளான். இப்படையெழுச்சியைப் பற்றிய செய்திகளை 'அமீர்குசுரு' என்பவன் எழுதியுள்ள குறிப்புக்களால் ஒருவாறு உணரலாம். அந்நாளிற் பாண்டியநாடு மகமதிய வீரர்களால் கொள்ளையிடப் பெற்றமையின் அது தன் செல்வத்தையும் சிறப்பையும் இழந்து வறுமையெய்தியது; நாட்டில் அமைதியாக வாழ்ந்து

வந்த மக்களெல்லோரும் தம் வாழ்நாளில் என்றும் கண்டறியாத பல்வகை இன்னல்களுக்குள்ளாயினர்; அறநிலையங்களும் கோயில்களும் அழிவுற்றன. சயாவுடீன் பார்னி என்ற மற்றொரு சரித்திராசிரியன், குலசேகர பாண்டியன் புதல்வர் இருவருடைய செல்வங்களையும் மாலிக்காபூர் கொள்ளை கொண்டு வெற்றியுடன் டில்லி மாநகருக்குத் திரும்பிச் சென்றானென்று குறித்துள்ளனன். [பாண்டியர் இருவர்க்கும் உரிய 612 யானைகளும் 20000 குதிரைகளும் 96000 மணங்கு பொன்னும் முத்துக்களும் அணிகலங்களும் அடங்கிய பல பெட்டிகளும் ஆகிய இவற்றை மாலிக்காபூர் கொள்ளையடித்துச் சென்றான் என்று பார்னி கூறியுள்ளமை யறியத்தக்கது (Elliot and Dowson. Vol.III, P.204)]. இவற்றால் பாண்டிநாடு அந்நாளில் எத்தகைய துன்பநிலையில் இருந்தது என்பதை எளிதில் உணரலாம்.

பாண்டி மன்னர் நிலைமையினையும் உள்நாட்டில் நேர்ந்த குழப்பங்களையும் நன்குணர்ந்த சேரமன்னன் இரவிவர்மன் குலசேகரன் என்பான் பாண்டிய இராச்சியத்தின்மீது படையெடுத்துச் சென்று சில பகுதிகளைக் கைப்பற்றிக் கொண்டனன். அவன் கல்வெட்டுக்கள் திருவரங்கம், காஞ்சி, பூந்தமல்லி என்னும் ஊர்களிற் காணப்படுகின்றன. அக்கல்வெட்டுக்களில் வீரபாண்டியனையும் சுந்தர பாண்டியனையும் அவன் வென்ற செய்தி குறிக்கப்பெற்றுளது. இந்நிலையில், பாண்டிய இராச்சியத்தில் நிலவிய குறுநில மன்னர்களும் திரைமறுத்துத் தனியரசு புரியத் தொடங்கினார்கள் (1998:129,130)

என்றவாறாகப் பிற்காலப் பாண்டியராட்சி சிதறுண்ட வரலாற்றை விளக்கியுள்ளார் தி.வை.சதாசிவ பண்டாரத்தார். மேலும், முகம்மதிய மன்னர்களின் ஆட்சி பாண்டிய நாட்டில் 1378 வரையில் நடைபெற்றதாக மதிப்பிடுகின்றார் அவர்.

டில்லிப் பேரரசன் அலாவுதீன் கில்ஜியின் தளபதி மாலிக்காபூர், சுந்தரபாண்டியனது விருப்பத்தின்பேரில் பாண்டிய நாட்டில் படையெடுத்து, இறுதிக்கட்டமாக இராமேஸ்வரத்திற்கு 1311இல் வந்தார் (1984:17)

எனும் எஸ்.எம்.கமால் & நா.முகம்மது செரீபு தரும் குறிப்பும் முகம்மதிய மன்னர்களின் பாண்டிய நாட்டு ஆளுகையை உறுதி செய்கின்றது.

இக்காலக்கட்டங்களில் முகம்மதிய மன்னர்களுக்கு அடங்கிய சிற்றரசர்களாகவே பாண்டியர்கள் திகழ்ந்துள்ளனர். 14ஆம் நூற்றாண்டின் பிற்பகுதி, பதினைந்தாம் நூற்றாண்டு ஆகிய காலக்கட்டங்களிலும் பாண்டிய அரசர்களின் கல்வெட்டுக்கள்

மதுரையில் காணப்படாமையும் இப்புரிதலுக்கு வலுச் சேர்க்கின்றது. இக்காலக்கட்டத்தில் விஜயநகர - நாயக்க மன்னர்களின் பாண்டிய நாட்டுப் படையெடுப்பு நிகழ்ந்துள்ளது.

விஜயநகர – நாயக்கரது ஆளுகை

விஜயநகர மன்னனாகிய குமார கம்பண்ணன் தலைமையில் தென்னகத்தில் உருக்கொண்ட ஆட்சியானது பின்னாளில் நாயக்க மன்னர்களின் கட்டுப்பாட்டில் திகழ்ந்து, பின்னர்க் கி.பி.1736இல் தான் முடிவுக்கு வந்துள்ளது.

> கி.பி.1336ல் துங்கபத்திரை ஆற்றங்கரையில்(ஆந்திர எல்லை) இப்பேரரசு (விஜயநகரப் பேரரசு) தோற்றுவிக்கப் பெற்றது. அதன் தலைநகராக விஜயநகரம் விளங்கிற்று. சங்கம பரம்பரை (கி.பி.1336-1485), சாளுவ பரம்பரை (1485-1505), துளுவ பரம்பரை (1505 -1570), ஆரவீடு பரம்பரை (1570 -1600) ஆகிய நான்கு பரம்பரைகளின் வழி வந்த அரசர்கள் இப்பேரரசை ஆண்டார்கள். இதன் ஆட்சிப்பரப்பு தென்னகத்தில் கிருஷ்ணா, துங்கபத்திரை ஆறுகளுக்குத் தெற்கே கன்னியாகுமரி வரை பரவியிருந்தது. தமிழ்நாடு, கேரளம், ஆந்திரம், கர்நாடகம் ஆகிய மாநிலங்களின் பகுதிகள் இவர்களது ஆட்சிக்குள் விளங்கியதாகக் கல்வெட்டுக்களும், பிற சான்றுகளும் எடுத்து விளக்குகின்றன (1994:i)

என்றவாறாக விஜயநகரப் பேரரசின் தோற்றம், ஆளுகையை விளக்குவார் நடன.காசிநாதன். இத்தகைய விஜயநகரப் பேரரசின் பிரதிநிதிகளே நாயக்க மன்னர்கள். பாண்டிய நாட்டில் இக்காலக் கட்டங்களில் *(கி.பி.1365-1370)* நேர்ந்த அரசியல் வாரிசுரிமைப் பூசல், மதுரையைத் தலைமையாகக் கொண்டு அரசாண்ட டில்லி சுல்தான்களின் சமயம்சார் அதிகார அத்துமீறல்கள் ஆகியவற்றைக் கருத்திற்கொண்டு பாண்டிய நாட்டின்மீது படையெடுத்து முதன் முதலாகத் தமிழகத்தில் விஜயநகர ஆட்சி நிறுவியுள்ளான் முதல் புக்கணரின் புதல்வனாகிய குமார கம்பண்ணன்.

> விஜயநகர வேந்தனாகிய குமார கம்பண்ணன் பெரும்படையைத் திரட்டிக் கொண்டு தமிழ்நாட்டிற்கு வந்தான். அவன் படையெடுத்து வந்தது, மதுரை மாநகரில் நிலைபெற்றிருந்த மகமதியராட்சியை ஒழித்து மக்களையும் சமயங்களையும் பாதுகாப்பதற்கேயாகும். குமார கம்பண்ணனது தென்னாட்டுப் படையெழுச்சி கி.பி.1363ஆம் ஆண்டிற்கு முன்னர் நிகழ்ந்திருத்தல் வேண்டும். அப்படையெழுச்சியைக் குறிக்கும் கல்வெட்டுக்களும் தமிழ்நாட்டிற் சில

ஊர்களில் உள்ளன. விஜயநகர வேந்தனது படையெழுச்சியினால் தென்னாட்டில் மகமதியராட்சி ஒருவாறு நிலைகுலைந்தது எனலாம் (1998:132,133)

என்று இதன் பின்னணியை அடையாளப்படுத்தியுள்ளார் தி.வை. சதாசிவ பண்டாரத்தார். இத்தகைய விஜயநகரப் பேரரசின் பிரதிநிதியாகத் தமிழகத்தில்(மதுரையில்) ஆட்சிப் பொறுப்பில் பின்னாளில் தன்னரசு செலுத்தியவர்களே நாயக்கர் ஆவர்.

மதுரைப் பகுதியை, விசுவநாத நாயக்கனின் வழிவந்து ஆட்சி செய்தவர்களே மதுரை நாயக்கர் ஆவார்கள்... விசயநகரப் பேரரசின் விசுவநாத நாயக்கன் மதுரையில் பதவியேற்ற காலம் கி.பி.1529ஆம் ஆண்டு ஆகும். கி.பி.1529-ல் தொடங்கிய இம்மதுரை நாயக்கர் ஆட்சி கி.பி.1736 வரை நீடித்தது. விசுவநாத நாயக்கர் தொடங்கி மீனாட்சி ஈறாகப் பதின்மூவர் மதுரை நாயக்க அரசர்களாக விளங்கியிருக்கின்றார்கள். இவர்கள் விசயநகரப் பேரரசின் அரசியல் கொள்கையையே பின்பற்றி ஆட்சி செய்தார்கள். சில வேளைகளில் தமிழ்நாட்டுச் சூழ்நிலைக்கு ஏற்றாற்போல் தங்களது முறைகளை மாற்றவும் செய்திருக்கின்றார்கள். மதுரை நாயக்க மன்னர்களில் முதலில் ஆட்சிபுரிந்த 6 நாயக்கர்கள் (விசுவநாத நாயக்கர், கிருஷ்ணப்ப நாயக்கர், வீரப்ப நாயக்கர், இரண்டாம் கிருஷ்ணப்ப நாயக்கர், முத்துக்கிருஷ்ணப்ப நாயக்கர், முத்துவீரப்பர்-I) விசய நகரப் பேரரசருக்குக் கட்டுப்பட்டு அவர்களது பிரதிநிதிகளாகவே ஆட்சி நடத்தினர். அடுத்துவந்த எழுவரும் (திருமலை நாயக்கர், முத்துவீரப்பர்-II, சொக்கநாத நாயக்கர், முத்துவீரப்பர்-III, இராணி மங்கம்மாள், விஜயரங்க சொக்கநாதர், மீனாட்சி) முழுவுரிமை பெற்ற மன்னர்களாக மதுரையில் ஆட்சி செலுத்தினர் (1994:ii,iii)

என்பதாக நாயக்க மன்னர்களின் பாண்டிய ஆளுகையை நடன. காசிநாதன் சுட்டுவது எண்ணத்தக்கது.

இராமநாதபுரம் சேதுபதி மன்னரது அரண்மனையான இராமலிங்க விலாசத்தில் 32 செப்பேடுகள் தமிழக அரசின் தொல்பொருள் ஆய்வுத்துறையினரால் பாதுகாக்கப்பட்டு வருகின்றன. அவற்றுள், 4 செப்பேடுகள் திருமலை நாயக்கர் காலச் செப்பேடுகள் ஆகும். இச்செப்பேடுகள் இராமேஸ்வரம் கோயில் குடமுழுக்கு மலரிலும் (1975) 'திருமலை நாயக்கர் செப்பேடுகள்' எனும் நூலிலும் (1994) படியெடுத்துப் பதிப்பிக்கப் பெற்றுள்ளன. இவை நான்கும் கோயில் திருப்பணிக்காக நிலம் - பொன் - பொருள் வழங்கியது, இராமேஸ்வரம் கோயிலில் வழிபாடு - விழாக்கள் நிகழ்த்தும்

முறைமை பற்றியது, கோயில் மரியாதை - காணிக்கை வழங்குதல் தொடர்பானது, மன்னனிடம் மட சிவாலயம் அமைக்க உரிமை வேண்டுதல் எனும் உள்ளடக்கங்களைக் கொண்டு அமைந்துள்ளன.

சேதுபதியினரது ஆளுகை

> "சிங்களத் தீவினுக்கோர் பாலம்அமைப் போம்
> சேதுவை மேடுறுத்தி வீதிசமைப் போம்
> வங்கத்து ஓடிவரும் நீரின்மிகை யால்
> மையத்து நாடுகளில் பயிர்செய்கு வோம்" (2)

என்று 'பாரத தேசம்' எனும் தலைப்பிலான பாடலில் சேதுவை அடையாளப்படுத்துவார் பாரதியார். சேது என்பதற்குச் சிவப்பு, செய்கரை, செயற்கையாய்ச் செய்த கரை, இராமேச்சுரம் என்பன போன்ற பொருள்களை அகராதிகள் தருகின்றன. மேற்காண் பாடலில் இடம்பெற்றுள்ள சேது எனும் இடப்பெயரை அடை யாளப்படுத்தும் நோக்கில் அதற்கு,

> **சேது : மன்னாருக்கு எதிரிலுள்ள இந்திய நாட்டின் தரைப்பகுதி** (1961:3)

எனக் குறிப்பெழுதியுள்ளார் யாழ்ப்பாணத்தைச் சேர்ந்த வை.ஏ.மூர்த்தி. எனவே, இராமநாதபுரம் கடற்கரையை ஒட்டிய பரந்த நிலப்பரப்பினைச் சேது என்றும் அந்நிலப்பரப்பினை ஆட்சி செய்தோர் சேதுபதியினர் என்றும் பொருள் விளங்கிக் கொள்ளலாம்.

சேதுபதி மரபைச் சேர்ந்த குறுநில மன்னர்கள் இராமநாத புரத்தைத் தலைமையிடமாகக் கொண்டு அரசாண்டவர் ஆவர். இம்மன்னர் வழியினர் கி.பி.15ஆம் நூற்றாண்டின் தொடக்கம் முதல் இராமநாதபுரத்தை மையமாகக்கொண்டு தன்னரசு செலுத்தி யுள்ளனர். எனினும், இவர்களது தொன்மை, தோற்றம் குறித்து வரலாற்றுக்கு அப்பாற்பட்ட தொன்மக் கதைகளும் இப்பகுதி களில் நிலவி வருகின்றன. அதாவது, இராமன், சீதை உள்ளிட் டோர் இலங்காபுரியிலிருந்து வெற்றியுடன் திரும்பி இராமேஸ் வரம் வந்தடைந்து, பிரம்மஹத்தி தோஷம் நீங்க வழிபாடு செய்து, அயோத்திக்குத் திரும்பிச் செல்லும் வேளையில் சேது அணையைக் காப்பதற்கு இராமனால் நியமிக்கப்பட்ட வம்சா வழியினரே 'சேதுபதியினர்' என்பதாக அத்தொன்மக்கதை அமைகின்றது.

கி.பி.15ஆம் நூற்றாண்டு முதல் சேதுபதியினர் தன்னரசு செலுத்தினாலும் இவர்களது தோற்றம், நிருவாகம் கி.பி.11ஆம் நூற்றாண்டளவிலேயே தொடங்கிவிட்டதாக வரலாற்று ஆய்வாளர்கள் மதிப்பிடுகின்றனர்.

> கி.பி.1059ல் சோழர் இலங்கை மீது படையெடுத்தபோது சென்ற பாதையில் பாதுகாப்பிற்காக ஒரு படையை நிறுத்தினர் என்றும் அப்படைத்தலைவன் வழிவந்தவனே பின்னாளில் சேதுபதிகள் என்னும் சிறப்பினைப் பெற்றனர் என்றும் கூறப் பெறுகிறது (1994:vii,viii)

என்று A.Ramaswamy தொகுப்பித்து உருவாக்கிய "TamilNadu District Gazetteers - Ramanathapuram'(1972) எனும் ஆவணத்திலிருந்து சான்று காட்டியுள்ளார் செ.இராசு.

> சோழப் பேரரசை நிறுவிய இராஜராஜ சோழனும் அவன் மகன் இராஜேந்திர சோழனும் இலங்கை நாட்டுப் படையெடுப்பை மேற்கொண்ட போது, அவர்களது தானைத் தலைவர்களில் ஒருவரை இராமேஸ்வரம் பகுதிக்குப் பொறுப்பானவராக நியமனம் செய்தார் என்பதும், அவரது வழியினர்தான் சேதுபதி மன்னர்கள் என்பதும் பிறிதொரு செய்தி (2003:14)

என்று Seshadri என்பவர் மேற்கொண்ட 'Sethupathis of Ramnad'(1974) எனும் ஆய்வேட்டுச் செய்தியைச் சான்று காட்டி யுள்ளார் எஸ்.எம்.கமால்.

> இச்சேதுபதிகள் சோழன்மறவராவர். இதுபற்றியே இவரைச் செம்பிநாட்டு மறவர் என வழங்குவர். செம்பியன் – சோழன். பாண்டியன் நாடு பாண்டிநாடு என ஆயதுபோலச் செம்பியன் நாடு செம்பி நாடு என ஆயது. ஒருதுறைக் கோவையிலும் ரகுநாத சேதுபதியை செம்பிநாடன் (60, 82) செம்பியர் கோன் (203), செம்பிநாட்டிறை(208), செம்பியர் தோன்றல்(218) என வழங்குதல் காண்க...
>
> குலோத்துங்க சோழன் கி.பி.1064-ல் பாண்டிநாடாண்ட வீரபாண்டியனென் பவனைப் போர்தொலைத்துப் பாண்டி நாட்டைத் தன்னடிப்படுத்துத் தன் தம்பியாகிய கங்கைகொண்டான் என்னும் சோழர்க்குச் சுந்தரபாண்டியன் என்னும் பேர்தந்து அப்பாண்டிய நாடாளும் அரசுரிமையைக் கொடுத்தனனாதலால், அக்காலத்தே அப்போர்க்குப் பெருந்துணையாச் சிறந்த சோழன்மறவர் பலர் இப்பாண்டிநாட்டிற் குடியேறினராவர். குலோத்துங்க சோழனுக்குப் பின்னே சோணாடு பல வேற்றரசராற் படையெடுக்கப்பட்டுப் பிறர்பிறர் ஆட்சிக்குள்ளாகி அரசுரிமை மாறுபட்டதனானே, இம்மறவர்

தம் படைத்தலைமை இழந்து தந்நாட்டே வேற்றரசர்கள்கீழ் ஒடுங்குதலினும் வேற்றுநாட்டிற் குடியேறி வாழ்தல் சிறந்ததாமென்று கருதிச் சோணாடு விட்டுக் கடலோரமாகப் போந்து, சேது தீரத்துக் காடு கெடுத்து நாடாக்கித் தம்மரசு நிலையிட்டு ஆட்சி புரிந்தனராவரெனக் கொள்ளினு மமையும். இவர் ஆட்சியுட்படுத்த நாட்டிற்கும் இவர் பயின்ற செம்பிநாட்டின் பெயரே பெயராக இட்டு வழங்கினர் போலும். இவர்களது (சேதுபதிகளது) பழைய சாசனங்களிற் பெரும்பாலும் “குலோத்துங்க சோழ நல்லூர்க் கீழ்பால் விரையாத கண்டனிலிருக்கும் வங்கி சாதிபர்” என்னும் ஒரு விசேடணம் காணப்படுதலால் இவர் சோணாடு விட்டு ஈண்டுப் போந்து கண்ட தலைமை நகர் குலோத்துங்க சோழநல்லூர் என்பதாகுமென ஊகிக்கத்தக்கது.

இவ்வூர்ப் பெயரும் குலோத்துங்க சோழனுக்குப் பின்னரே (கி.பி.1064க்குப் பிறகே) இவர் குடியேற்றம் ஈண்டு உளதாயது குறிக்கும் (1994:112,113)

என்று சேதுபதிகளின் குடிவழி பற்றியும் அவர்களது தொன்மை பற்றியும் குறிப்பிட்டுள்ளார் ரா.இராகவய்யங்கார். செப்பேட்டில் உள்ளதாக இவர் குறிப்பிடும் ‘விரையாதகண்டன்’ என்பது இளையான்குடி வட்டத்தில் (தற்போது சிவகங்கை மாவட்டம்) உள்ள ஓர் ஊர் ஆகும்.

சோழ நாட்டிலிருந்து பெயர்ந்த சேதுபதிகள் கானாடு என்று அழைக்கப்பெற்றுள்ள திருமெய்யம்(தற்போது புதுக்கோட்டை மாவட்டம்) பகுதியில் குடியேறி அங்குச் சில ஆண்டுகள் வாழ்ந்துள்ளமை பற்றியும் திருமெய்யம் கோட்டையைச் சேது பதியினரே கட்டியுள்ளமை பற்றியும் ஆவணக் குறிப்புகள்வழி எடுத்துரைத்துள்ளார் எஸ்.எம்.கமால். அவர் தரும் குறிப்பு வருமாறு:

இந்த மன்னர்கள் கானாட்டில் திருமெய்யம் பகுதியில் முதலில் கி.பி.12ஆம் நூற்றாண்டில் நிலைத்திருந்ததை உறுதிப்படுத்தும் சில சான்றுகள் அண்மையில் கிடைத்துள்ளன. முதலாவதாக, திருமெய்யம் குன்றின் அடிப்பகுதியில் அரண் ஒன்றினைக் கி.பி.1120-ல் விஜயரகுநாத முத்து வயிரிய முத்துராமலிங்க சேதுபதி என்பவரும், இந்தக் குன்றின் மேல்பகுதியில் கி.பி.1195-ல் முத்துராமலிங்க சேதுபதி என்பவரும் அமைத்தனர் எனத் தமக்குக் கிடைத்துள்ள இரு செப்பேடுகளின் ஆதாரத்தைக் கொண்டு கி.பி.1882-ல் திருமெய்யம் தாசில்தார் புதுக்கோட்டை தர்பாருக்கு அறிக்கை ஒன்றினை அனுப்பி உள்ளார் [Quoted from M.phil Thesis (1976), the title of ‘Fort Town of Thirumayyam’] (2003:16)

எனவே, கி.பி.11ஆம் நூற்றாண்டில் தோற்றம் பெற்ற சேதுபதி மரபினர், பாண்டியர்களுக்கும் சோழர்களுக்கும் விஜய நகர நாயக்க மன்னர்களுக்கும் ஆட்பட்ட பாண்டியநாட்டில் அவர்கட்கு அடங்கிய தானைத்தலைவர்களாகத் திகழ்ந்து, கி.பி.15ஆம் நூற்றாண்டில் தமிழகத்தில் நிலவிய உறுதித் தன்மையற்ற அரசியல் சூழ்நிலையைத் தமக்குச் சாதகமாகப் பயன்படுத்திக் கொண்டு பாண்டிய நாட்டின் கிழக்குக் கடற்கரைப் பகுதியாகத் திகழும் இராமநாதபுரத்தைத் தலைமையிடமாக்கித் தன்னரசு செலுத்திய குறுநில மன்னர்கள் எனக் கருதலாம்.

> **கி.பி.1414இல் இராமேஸ்வரம் திருக்கோவில் திருச்சுற்றையும் மேலக் கோபுரத்தையும் உடையான் சேதுபதி என்பவர் அமைத்தார் என்ற கல்வெட்டுச் செய்திதான் சேதுபதி மன்னரைப் பற்றிய மிகப் பழமையான கல்வெட்டுச் செய்தியாகக் கொள்ளப்படுகிறது** (2003:17)

என எஸ்.எம்.கமால் குறிப்பிடும் செய்தி இப்புரிதலுக்கு அரண் சேர்க்கின்றது.

சேதுசீமை என்றழைக்கப்படும் இராமநாதபுரம் பகுதியில் சேதுபதி மன்னர்களின் ஆளுகையானது கிழக்கிந்தியக் கம்பெனி யாரின் இந்திய ஆளுகையின்போதும் தொடர்ந்துள்ளது. ஆங்கி லேயக் கிழக்கிந்தியக் கம்பெனியாரின் ஆளுகையை எதிர்த்துப் புரட்சியும் கிளர்ச்சியும் ஒத்துழையாமையும் நிகழ்த்திய குடி மரபாகச் சேதுபதி மரபு திகழ்ந்துள்ளது. மன்னராட்சியை ஒழித்து, சமஸ்தானத்தை ஜில்லாவாக்கி, ஆட்சி நிருவாகத்தை 'கலெக்டர்' எனும் ஒரு நிருவாகப் பதவியின்கீழ்க் கொண்டு வந்துள்ளமையே இவர்களது எதிர்ப்புணர்வுக்குக் காரணமாகும். சேதுபதியினரின் எதிர்ப்பு நிலைமையைக் கட்டுக்குள் கொண்டுவருவதற்குச் சில நிபந்தனைகளுடன் இராமநாதபுரம், சிவகங்கை, மதுரை, திருநெல்வேலி உள்ளிட்ட பகுதிகளை ஆட்சி செய்தவர்களை ஜமீன்தார்களாக அறிவித்து ஜமீன்தாரி முறையை *(1801)* அறிமுகப்படுத்தியுள்ளது ஆங்கிலேய அரசு. அவ்வகையில், இராமநாதபுரம் சேதுபதி பரம்பரையின் கடைசி மன்னராக முத்துராமலிங்க சேதுபதி *(1795வரை)* திகழ்ந்துள்ளார்.

இவ்வாறாக, இராமநாதபுரம் மண்ணானது அரசாட்சி நிலையில் முற்காலப் பாண்டியர், பிற்காலச் சோழர், பிற்காலப் பாண்டியர்,

விஜயநகர நாயக்க மன்னர், சேதுபதி வழியினர் ஆகியோரது ஆளுகைக்கு உட்பட்டதாகத் திகழ்ந்துள்ளது.

பகுதி - II

மக்களாட்சியில் இராமநாதபுரம்

இந்தியா சுதந்திரம் அடைந்து(1947) அரசமைப்புச் சட்டங்கள் (1950) நடைமுறைக்கு வரும்வரைக்கும் ஆங்கிலேயர் கடைப்பிடித்து நிருவகித்த நிருவாக, சீர்திருத்தச் சட்டங்களே நடைமுறையில் இருந்துள்ளன. அவ்வகையில், ஜமீன்தார் முறை உருவாக்கப்பெற்று, 'ஜில்லா' எனும் நிலவியல் எல்லை வழங்கப்பெற்று, கலெக்டர் நிருவாகம் கொண்டுவரப்பட்ட அதே காலக்கட்டத்தில்(1801) ஜில்லா நீதிமன்றங்கள் நிறுவப் பெற்றுள்ளன. அதன்படி, இராமநாதபுரம் ஜில்லாவிலும் 'முதல் ஜில்லா நீதிமன்றம்' நிறுவப்பட்டுள்ளது. இதனை,

> For sometime, too after the British acquired the country there were no regular courts. Rebels and freebooters seem to have been dealt with by martial law, and other criminals were punished by the collector, who also settled such civil cases as were brought before him. By the Regulations of 1802 which introduced Lord Cornwallis' judicial system in to madras, the first Zilla Court established at Ramnad and the collector's judicial powers were abolished (1906:214)

எனும் 'GAZETTEER OF THE MADURA DISTRICT' ஆவணப் பதிவின்வழி அறிய முடிகின்றது. ஜில்லா எனும் நிருவாக அமைப்பிலிருந்து மாவட்டம் (District) எனும் அமைப்பு உருவாக்கப் பெற்றிருந்த காலக்கட்டத்திலும் தொன்மை, நிலப் பரப்பளவு எல்லை நோக்கில் இராமநாதபுரம் தனி மாவட்டமாகவே திகழ்ந்துள்ளது. மதுரை மற்றும் திருநெல்வேலி மாவட்டங்களின் சில பகுதிகளைச் சேர்த்து 1910இல் இராமநாதபுரம் தனி மாவட்டமாக உருவாக்கப் பெற்றுள்ளது. இதற்கு,

> This District created in 1910 by carving out portions from the Madurai and the Tirunelveli Districts was named as the

Ramanathapuram District after the name of the important Zamindari town, Ramanathapuram (1972:1)

என்று 'Ramanathapuram District Gazetteer' எனும் அரசு ஆவணக் குறிப்பானது சான்று பகர்கின்றது. 1956ஆம் ஆண்டு இந்திய அரசு மேற்கொண்ட மாநில எல்லை மறுசீரமைப்பின் போது சென்னை மாகாணத்தின்(தமிழகத்தின்) நிருவாகப் பிரிவு களும் மாறுதலுக்கு உள்ளாகின. அப்போது (1956இல்) சென்னை மாகாணமானது 13 மாவட்டங்களைக் கொண்டு திகழ்ந்துள்ளது. அவற்றுள் இராமநாதபுரம் மாவட்டமும் ஒன்று. அதுபற்றிய குறிப்பு வருமாறு:

> As a results of the 1956 States Reorganisation Act, the State's boundaries were re-organized following linguistic lines, The Tamil speaking region Kanyakumari was merged to Madras State which was earlier a part of Travancore - Cochin. Madras state was formed on 1 November 1956, with 13 southern districts of Madras Presidency.
>
> They are as follow: Chingleput, Coimbatore, Kanyakumari, Madras, Madurai, Nilgiris, North Arcot, Ramanathapuram, Salem, South Arcot, Thanjavur, Tiruchirappalli, and Tirunelveli (List of districts of Tamil Nadu, www.wikiwand.com)

பின்னர், நிருவாக வசதிக்காக இராமநாதபுரம் மாவட்டத் தையும் இராமநாதபுரம், சிவகங்கை, விருதுநகர் என மூன்று மாவட்டங்களாகப் பிரித்த நிகழ்வும் வரலாற்றில் நிகழ்ந் தேறியுள்ளது. அவ்வகையில், 15.3.1985 அன்று ஒருங்கிணைந்த இராமநாதபுரம் மாவட்டமானது மூன்றாகப் பிரிக்கப்பட்டுள்ளது.

உள்ளாட்சி நிருவாக அடிப்படையில் இம்மாவட்டத்தினுள் 11 ஊராட்சி ஒன்றியங்கள் உள்ளன (விவரம்: பின்னிணைப்பு - 1)

இராமநாதபுரம் எனும் பெயரானது ஆங்கிலேயர் ஆட்சிக் காலத்தில் 'இராமநாடு' (Ramnad) என்றே அழைக்கப் பெற்றுள்ளது. ஆங்கிலேயர்க்கு நேர்ந்த உச்சரிப்புச் சிக்கலால் இவ்வாறு வழங்கப் பெற்றிருக்கலாம்.

In the early days of Empire building by the British, this region was called by them, Ramnad, and this name continued to be current for sometimes even after the dawn of independence for the country. This anglicised name, Ramnad was however, later changed into Ramanathapuram to be more in conformity with the Tamil name for the region (1972:1)

இன்றும் இம்மாவட்ட மக்களுள் பாமரர் 'ராமநாதபுரம்' என்றும், பயின்றோர் 'ராம்நாடு' என்றும் இவ்வூரின் பெயரை உச்சரிப்பதனை வழக்கில் காண முடிகின்றது.

ஆக, மன்னராட்சிக் காலத்திலும், மக்களாட்சிக் காலத்திலும் தொன்மை எனும் நிலையில் வரலாற்றில் சிறப்பிடம் பெற்றுத் திகழ்ந்து வந்துள்ளது இராமநாதபுரம் மண். அதேவேளை, வளமை எனும் நிலையில்..?

இராஜசிங்க மங்கலம் - ஒரு கண்ணோட்டம்

இராஜசிங்க மங்கலம் எனும் ஊர்ப்பெயர்க் காரணம் பற்றி அறிவதும் இவ்வூரானது மன்னராட்சிக் காலத்திலும் மக்களாட்சிக் காலத்திலும் பெற்று வந்துள்ள இடத்தை மதிப்பிடுவதும் இப்பகுதியின் நோக்கமாகும். அதற்கேற்ப இப்பகுதி யானது,

1. வரலாற்றில் இராஜசிங்க மங்கலம்
2. இராஜசிங்க மங்கலம் - நிருவாகப் பிரிவு
3. இராஜசிங்க மங்கலம் - மக்களும் வாழ்வியலும்

எனும் உட்தலைப்புகளில் அமைகின்றது.

வரலாற்றில் இராஜசிங்க மங்கலம்

இராஜசிங்க மங்கலம் பற்றிய வரலாற்றுச் செய்திகளை கி.பி.10ஆம் நூற்றாண்டுக்கு முந்தைய தமிழக வரலாற்றில் காண இயலவில்லை என மதிப்பிடுவர் எஸ்.எம்.கமால் & நா.முகம்மது செரீபு. இராமநாதபுரம் நகரிலிருந்து வடதிசையில் சுமார் 35கி.மீ. தூரமுள்ள பேரூர் இராஜசிங்க மங்கலம். இம்மண்ணின் அடையாளமாகத் திகழ்ந்து இராமநாதபுரம் மாவட்டத்துக்கும் பெருமை சேர்ப்பதாகத் திகழ்வது இங்குள்ள மிகப்பெரிய கண்மாயே! இராமநாதபுரம் மாவட்ட அளவில் முதலிடமும் தமிழக அளவில் இரண்டாமிடமும் பெற்ற பெரிய ஏரி எனும் அடையாளத்துடன் திகழும் இராஜசிங்க மங்கலம் கண்மாயை அடையாளப்படுத்தியே இவ்வூரின் வரலாறு, பெயர்க்காரணம் மீட்டெடுக்கப் பெற்றுள்ளது என்பது சிறப்புக்குரிய செய்தி!

'இராஜ+சிங்க+மங்கலம்' எனும் இவ்வூர்ப்பெயரே வரலாற்று (மன்னர்) அடையாளம் தாங்கிய நிலையிலும் சமூகவியல் (நிலக் கொடை) அடையாளம் தாங்கிய நிலையிலும் செம்மாந்து நிற்பதனைக் காண முடிகின்றது.

வரலாற்றில் 'இராஜசிம்ம' எனும் பெயர் தாங்கிய மன்னருள் பல்லவரும் பாண்டியரும் அடங்குவர். கி.பி.685-705 ஆட்சி யாண்டுகளில் ஆட்சிசெய்த பல்லவ மன்னனான இராஜசிம்மன் பெயரும், கி.பி.710-765 ஆட்சியாண்டுகளில் ஆட்சிசெய்த மாறவர்மன் அரிகேசரி பராங்குசன்(இராஜசிம்மன்-I), கி.பி.790-792 ஆட்சியாண்டுகளில் ஆட்சிசெய்த இராஜசிம்மன்-II, கி.பி.900-920 ஆட்சியாண்டுகளில் ஆட்சிசெய்த இராஜசிம்மன்-III ஆகிய மூன்று பாண்டிய மன்னரது பெயர்களும் இராஜசிம்ம எனும் அடையாளப் பெயர் கொண்டனவாகத் தமிழக வரலாற்றில் பதிவு செய்யப் பெற்றுள்ளன. இவர்களுள் பாண்டியன் மூன்றாம் இராஜசிம்மன் ஆட்சிக்காலத்தில் பொறிக்கப் பெற்றுள்ள சின்ன மனூர்ச் செப்பேடுகளில் இடம்பெற்றுள்ள 'இராஜசிங்கப் பெருங்குளம்' எனும் குறிப்பினைக் கொண்டு இவ்வூர்ப்பெயர் உருவாக்கத்தை அறுதியிட்டுள்ளனர் வரலாற்று ஆய்வாளர்கள். ஏரி, கண்மாய், குளம் உள்ளிட்ட நீர்நிலைகளைக் கல்வெட்டு, செப்பேடு முதலிய ஆவணங்களில் 'குளம்' எனும் பொதுச்சொல்லாலேயே குறிப்பிட்டுள்ளனர் முன்னோர்.

கல்வெட்டுகளில் மதுரையைப் பற்றிக் குறிப்பிடும்போது 'மாடக்குளக்கீழ் மதுரை' எனக் கூறப்பட்டுள்ளது. ஆங்கிலேயர் ஆட்சியில் மதுரை நகர் மாடக்குளம் தாலுகாவில்தான் இருந்ததாக அரசுக்குறிப்புகள் தெரிவிக்கின்றன. எனவே, 'கீழ்' என்பது கிழக்குத் திசையை மட்டும் குறிக்கவில்லை. மாடக்குளத்தின் முக்கியத்துவத்தையும் குறிப்பிடுகிறது (2013:3)

எனும் பழ.கோமதிநாயகத்தின் குறிப்பினைக் கொண்டு நோக்கும் பொழுது ஒரு நகரை அடையாளப்படுத்துகையில் அந்நகர்க்கு அருகாமையில் உள்ள நீர்நிலையை முன்னிலைப்படுத்தி இடம் சுட்டும் தன்மை திகழ்ந்துள்ளதனை அறிந்துணர முடிகிறது. இதே தன்மையினை இராஜசிங்க மங்கலம் ஊர்ப்பெயர் அடையாளப் படுத்தத்தின்போதும் சின்னமனூர்ச் செப்பேட்டில் காண முடிகின்றது. அக்குறிப்பு வருமாறு:

"மீனவர்கோன் இராசசிங்கன்...
எண்ணிறந்த பிரமதேயமும் எண்ணிறந்த தேவதானமும்
எண்ணிறந்த பள்ளிச்சந்தமும் எத்திசையும் இனிதியற்றி
உலப்பில்ஓத ஒலிகடல்போல் ஒருங்குமுன்னம் தான்அமைத்த
இராஜசிங்கப் பெருங்குளக்கீழ்ச் சூழுநகர் இருந்தருளி
ராஜ்யவர்ஷம் இரண்டாவதின் எதிர்பதினான் காம்யாண்டில்" *(1998:175-176)*

இச்செப்பேட்டுப் பதிவில் இடம்பெற்றுள்ள 'பெருங்குளம்' என்பது இவ்வூரில் உள்ள பெரிய ஏரியைக் குறிக்கும். 'இராஜசிங்கன்... தான்அமைத்த, இராசசிங்கப் பெருங்குளக் கீழ்ச்சூழுநகர்' எனும் செப்பேட்டுக் குறிப்புக்கொண்டு நோக்க, இங்குள்ள பெரிய ஏரியும் இவ்வூரின் பெயரும் மூன்றாம் இராஜசிம்ம பாண்டியனால் உருவாக்கப் பெற்றது எனும் கருத்தானது பெறப்படுகின்றது.

> கி.பி.1170இல் பாண்டிய இளவல்களுக்கிடையில் எழுந்த பதவிப் பூசலின் பொழுது பராக்கிரம பாண்டியனை ஆதரித்துப் புறப்பட்டு வந்த இலங்கைப் படைக்கும் குலசேகரனுக்கும் இடையே நடந்த போர்களின்பொழுது இந்தப் பெருங்குளம் (இராஜசிங்க மங்கலம் பெரிய ஏரி) பாதிக்கப்பட்டதென்றும், பின்னர் அதனை இலங்கைத் தளபதி தண்டநாயகன் செம்மை செய்து அமைத்தான் என இலங்கையின் 'மகாவம்சம்' கூறுகிறது (1984:30)

என இந்தக் கண்மாய் பற்றிய வரலாற்றுக் குறிப்பினை அடையாளப்படுத்துவர் எஸ்.எம்.கமால் & நா.முகம்மது செரீபு. 'பாண்டியர் வரலாறு'*(1940)* எழுதிய தி.வை.சதாசிவ பண்டாரத்தாரும் தம் நூலில், சிங்களப் படையினருக்கும் குலசேகர பாண்டியனுக்கும் நிகழ்ந்த போரைப் பற்றி மகாவம்சத்தில் குறிப்பிடப் பெற்றுள்ளதாகச் சுட்டியுள்ளார்.

> இலங்கைச் சரிதமாகிய மகாவம்சத்தில் 76,77ஆம் அதிகாரங்களில் இப்போர் நிகழ்ச்சிகள் சொல்லப்பட்டிருக்கின்றன. அவற்றில் குறிக்கப்பெற்றுள்ள தமிழ் நாட்டூர்களுள் சிலவற்றை இப்போது அறிந்து கொள்ள முடியவில்லை (1998:86)

என்பதே அக்குறிப்பு. எனினும், ஆய்வாளரின் பார்வைக்குக் கிட்டிய WILHELM GEIGER ஆங்கிலத்தில் மொழிபெயர்த்த மகாவம்ச மொழிபெயர்ப்பு நூலிலும்*(1912)*, எஸ்.சங்கரன் தமிழில்

மொழிபெயர்த்த மகாவம்ச மொழிபெயர்ப்பு நூலிலும் (1962) 37 எனும் எண்ணிக்கையிலேயே அத்தியாயங்கள் (CHAPTERS) இடம்பெற்றுள்ளமையின் இராஜசிங்க மங்கலம் ஏரி சிதைக்கப் பெற்றது பற்றியும் பின்னர்ச் செம்மை செய்யப்பெற்றது பற்றியுமான மேலதிக விவரங்களை அறிய இயலவில்லை. [இலங்கையின் தொன்மை வரலாற்றைத் தொன்ம அடையாளங்களோடு குறிக்கும் 'மகாவம்சம்' பாலிமொழியை மூலமாகக் கொண்டதாகும்.]

இரு பெரு வேந்தர்களுக்கிடையே போர் நிகழும்போது வாகை சூடும் வேந்தன் தன் படைகளைக் கொண்டு தோல்வியடைந்த வேந்தனது அரண், கலைக்கூடம், விளைநிலம் உள்ளிட்டவற்றைச் சிதைப்பதுடன் நீர்நிலைகளையும் சிதைப்பதனைப் போர்மரபாகக் கொண்டுள்ளதனை வரலாற்றில் பல இடங்களில் காணமுடிகின்றது.

> பேராற்றல் படைத்த பெருவீரனாகிய மூன்றாங் குலோத்துங்க சோழனும் கி.பி. 1218ஆம் ஆண்டில் சோணாட்டில் இறந்து விடவே, காலங்கருதிக் கொண்டிருந்த சுந்தரபாண்டியன் சில திங்கள்களில் பெரும்படையைத் திரட்டிக் கொண்டு கி.பி. 1219-ல் அந்நாட்டின்மேல் படையெடுத்துச் சென்று மூன்றாம் இராசராச சோழனைப் போரில் வென்று அந்நாட்டைக் கைப்பற்றிக் கொண்டான். இப்படையெழுச்சியில் சோழரின் பழைய தலை நகராகிய உறையூரும் தஞ்சாவூரும் பாண்டியநாட்டுப் போர் வீரர்களால் கொளுத்தப்பட்டுப் போயின. பல மாடமாளிகைகளும், கூடகோபுரங்களும், ஆடரங்குகளும், மணிமண்டபங்களும் இடிக்கப்பட்டு, நீர்நிலைகளும் அழிக்கப் பெற்றன (1998:100)

எனத் திருவெள்ளறையில் இடம்பெற்றுள்ள சுந்தரபாண்டியனின் கல்வெட்டுக் குறிப்பினைத் தி.வை.சதாசிவ பண்டாரத்தார் சுட்டுவதன்வழி, போரின்முடிவில் பகைநாட்டின் நீர்நிலைகளும் அழிக்கப்பெற்ற செய்தியினை அறிய முடிகின்றது. ஆனால், இருபெரு வேந்தர்களுக்கிடையே போர் நிகழும்போது போர் முடிவில் நீர்நிலைகள் அழிக்கப்பெறவில்லை எனச் சுட்டுவார் பழ.கோமதிநாயகம்.

> தமிழ் மன்னர்கள் தங்களுக்குள் போரிட்ட வரலாறுகள் ஏராளம். வென்ற மன்னர்கள் தோல்வியடைந்த நாட்டின் தலைநகரை எரித்தனர். இவ்வாறு உறையூர் எரிந்தது. மதுரை பலமுறை எரிந்தது. பல்லவர்கள் வாதாபியை எரித்தனர். முகலாயர் படையெடுப்பின்போது ஆலயங்கள் தரைமட்டமாயின.

சைவர்கள் சமணக் கோயில்களை இடித்தனர். பிரிட்டிஷ் கிழக்கிந்திய கம்பெனியாரும் டச்சு கிழக்கிந்திய கம்பெனியாரும் தமக்குள் போரிட்டபோது பிரிட்டிஷார் கட்டிய தேவாலயங்களை டச்சுக்காரர்களும், டச்சுக்காரர்கள் கட்டிய தேவாலயங்களை பிரிட்டிஷாரும் இடித்த வரலாறு உண்டு. ஆனால் எப்போதும் எந்தப் போரிலும் பாசனக் கட்டுமானங்களோ அல்லது ஏரிகளோ இடிக்கப்படவில்லை. சமணர்களை அழித்தாலும் அவர்கள் கட்டிய அணைகளையும் ஏரிகளையும் சைவர்கள் அழிக்கவில்லை (2010:49,50)

என்பது அவர்தம் கருத்து. ஆனால், தோல்வியுற்ற மன்னனின் நாட்டைச் சேர்ந்த நீர்நிலைகளும் விளைவயல்களும் சிதைக்கப் பெற்றதற்கான சான்றுகள் அரிதாகத் தமிழ்ப்பரப்பில் கிடைக்கவே செய்கின்றன.

முதலாம் மாறவர்வன் சுந்தரபாண்டியனின் *(ஆட்சியாண்டு: 1216-1238)* மெய்க்கீர்த்தியானது, சுந்தரபாண்டியன், (மூன்றாம் இராஜராஜ) சோழனை வென்றதனையும் அதன்பின் சோழநாட்டு நீர்நிலைகளை அழித்ததனையும் தெளிவுற எடுத்துரைக்கின்றது. அக்குறிப்பு வருமாறு:

"பனிமலர்த் தாமரை திசைமுகன் படைத்த
மனுநெறி தழைப்ப மணிமுடி சூடிப்
பொன்னிசூழ் நாட்டிற் புலியாணை போயகலக்
கன்னிசூழ் நாட்டிற் கயலாணை கைவளர
வெஞ்சின இவுளியும் வேழமும் பரப்பித்
தஞ்சையும் உறந்தையும் செந்தழல் கொளுத்திக்
காவியு நீலமும் நின்று கவினிழப்ப
வாவியு மாறு மணிநீர் நலனழித்துக்
கூடமு மாமதிலும் கோபுரமு மாடரங்கும்
மாடமு மாளிகையும் மண்டபமும் பலவிடித்துத்
தொழுதுவந் தடையா நிருபர்தந் தோகையர்
அழுத கண்ணீ ராறு பரப்பிக்
கழுதைகொண் டுழுது கவடி வித்திச்
செம்பியனைச் சினமிரியப் பொருதுசுரம் புகவோட்டி" (1998:102,103)

சுந்தரபாண்டியனின் இம்மெய்க்கீர்த்தியில் இடம்பெற்றுள்ள 'வாவியும் ஆறும் மணிநீர் நலன்அழித்து', 'கழுதை கொண்டு உழூது கவடி வித்தி' எனும் இருதொடர்களும் பகைநாட்டு நீர்வளங்களையும் விளைவயல்களையும் சிதைத்த செய்தியையே வெளிப்படுத்தி நிற்கின்றன.

இம்மரபு பழந்தமிழர்தம் போர்மரபுகளுள் ஒன்றாகவும் திகழ்ந்துள்ளதனைச் சங்க இலக்கியப் புறப்பாடல்கள்வழி அறிய முடிகின்றது. சான்றாக, புறநானூற்றுப் பாடலில் ஒரு குறிப்பினைக் காட்டலாம். பகைநாட்டை வெற்றி கொண்டபின் அந்நாட்டு வளங்கள் வெற்றிவேந்தனால் எவ்வாறு சிதைக்கப்பெற்றன என்பதனை இயல்பாகக் காட்சிப்படுத்தியுள்ளார் நெட்டிமையார் எனும் சங்கப்புலவர். அப்பாடற்பகுதி வருமாறு:

> **"கடுந்தேர் குழித்த ஞெள்ளல் ஆங்கண்**
> **வெள்வாய்க் கழுதைப் புல்லினம் பூட்டிப்**
> **பாழ்செய் தனைஅவர் நனந்தலை நல்லெயில்**
> **புள்ளினம் இமிழும் புகழ்சால் விளைவயல்**
> **வெள்ளுளைக் கலிமான் கவிகுளம்பு உகளத்**
> **தேர் வழங் கினைநின் தெவ்வர் தேஎத்துத்**
> **துளங்குஇயலால் பணையெருத்தின்**
> **பாவடியால் செறல்நோக்கின்**
> **ஒளிறுமருப்பின் களிறுஅவர**
> **காப்புடைய கயம்படியினை"** (புறம்.15:1-10)

இப்பாடற்பகுதி சுட்டக்கூடிய, வெற்றிவாகை சூடிய வேந்தன் தோல்வியுற்ற நாட்டின்மீது நிகழ்த்திய வளஅழிப்புச் செயல்கள் பின்வருமாறு:

i) பகைநாட்டில் தேரினை மிகுதியாகச் செலுத்தி, அத்தேர்ச் சக்கரத்தால் உண்டான பள்ளத்தில் கழுதையைப் பூட்டி ஏர் உழுதல்.

ii) பகைவர்தம் கோட்டைகளை அழித்தல்.

iii) பறவைகள் மேய்ந்து திரிகின்ற விளைவயல்களில் குதிரையின் குளம்புகள் நன்கு மிதிபடுமாறு தேரோட்டிச் சிதைத்தல்.

iv) பரந்த அடியினையும் வெண்ணிறத் தந்தங்களையும் உடைய யானைகளை, ஊர்மக்கள் உண்பதற்காகப் பயன்படுத்தும் பாதுகாப்புடைய கயத்தில்(நீர்நிலையில்) நீராடித் திளைக்கும் படிச் செய்தல்.

பகைநாட்டு வளங்களை அழித்து, நீர்நிலைகளைப் பாழ் படுத்தும் பழங்காலப் போர்மரபின் எச்சத்தைத் திருவிளையாடற் புராணத்தில் வெளிப்படையாகவே காண இயலுகின்றது. இப்புராணத்தின் மூன்றாம் காண்டமாகிய திருவாலவாய்க் காண்டம் - சுந்தரப் பேரம்பு எய்த படலத்தில் இடம்பெற்றுள்ள,

"சிலைத்தெழு செம்பியன் வெம்படை மள்ளர் செயிர்த்துமதிக் கடவுள்

குலத்தவன் நாட்டின் இருந்தெழில் ஆனிரை கொண்டு குறும்புசெய்து

மலர்த்தடம் ஏரி உடைத்து நகர்க்கு வரும்பல பண்டமும்ஆறு

அலைத்து முடுக்கி நடுக்கம் விளைத்து அமர்க்குஅடி இட்டனரால்" (3-50:5)

எனும் பாடலில் போருக்கு அடியிடும் (காரணம் விளைவிக்கும்) செயல்களாகப் பகைநாட்டினரது ஆநிரை கவர்தல், மலர் நிறைந்த நீர்நிலைகளையும் ஏரிகளையும் உடைத்தல், நகருக்குள் பயன்பாட்டுக்காகப் பிற பகுதிகளிலிருந்து கொண்டு வரப்படும் பொருட்களை வழிப்பறி செய்தல் ஆகியன குறிப்பிடப் பெற்றுள்ளமை கவனத்திற்குரியது.

ஆக, பகைவர்நாட்டு வளங்களை அழிக்கும் வெற்றிவேந்தர்தம் செயலில் விளைநிலங்களை அழித்தலும் நீர்நிலைகளைச் சிதைத்தலும் முதன்மை பெறுகின்றன என்பதனை இதன்வழிப் புரிந்து கொள்ளலாம். இத்தகைய போர்மரபின் தொடர்ச்சியாகவே இராசசிங்க மங்கலம் பெரிய ஏரியானது பகைவர்களால் சிதைக்கப் பெற்றிருக்கலாம். ஏரியைச் சிதைத்தல் என்பது அவ்வேரிக்கான நீர்வரத்துக் கால்வாய்களைச் சிதைத்தல், ஏரியிலிருந்து நீரை உரிய காலங்களில் பாதுகாப்பாக வெளியேற்றப் பயன்படும் மதகுகளை/ கலிங்குகளை/மடைகளை உடைத்தல் என்பன போல்வனவாகவே இருக்க முடியும்.

இவ்வூர்ப்பெயரின் பின்பகுதியில் இடம்பெற்றுள்ள 'மங்கலம்' எனும் சொல் பிராமணர்க்குப் பிரம்மதேயமாக இவ்வூர் வழங்கப் பெற்றதனைக் குறிக்கலாம். இதனை, சின்னமனூர்ச் செப்பேட்டில்

இடம்பெற்றுள்ள 'எண்ணிறந்த பிரம்மதேயமும் எண்ணிறந்த தேவதானமும்' எனும் பொதுவழக்குக் கொண்டும்,

> மற்றுமொரு கல்வெட்டு இவ்வூர் (இராசசிங்க மங்கலம்) பாண்டியரது வரகுண வளநாட்டில் உள்ள பிரம்மதேயம் எனக் குறிப்பிடுகின்றது (1984:29)

எனும் குறிப்புக் கொண்டும் அறிய முடிகின்றது.

> ...வரகுண வளநாட்டு பிரம
>
> தேசயான ராசசிங்கமங்கலம் கையிலாச நாதசுவாமி கோயில் (1992:597)

எனும் சேதுபதி மன்னர் காலத்துச் (கி.பி.1783) செப்பேட்டு வரிகளும்(வரி எண் 36,37) இக்கருதுதலுக்கு அரண் சேர்க்கின்றன. மேலும், இவ்வூரைச் சுற்றியுள்ள சில ஊர்களின் பெயர்களும் மங்கலம் எனும் பெயரோடு முடிகின்றன. சான்றாக, மங்கலம், கொத்தமங்கலம், அறுநூற்று மங்கலம், பகவதி மங்கலம், தோட்டா மங்கலம், கோவிந்த மங்கலம் என்பன போன்ற ஊர்களைக் குறிப்பிடலாம்.

இப்பகுதியில் பாழடைந்த நிலையில் இரு கிணறுகள் இருந்துள்ளன. அவற்றை 'பாண்டியன் கேணி' என்றே இப் பகுதியினர் நெடுங்காலமாக அழைத்து வருவதனைக் காண முடிகின்றது. அவற்றுள் ஒன்று - இராமநாதபுரம், காரைக்குடி பேருந்துகள் இராஜசிங்கமங்கலத்திற்கு உள்ளே நுழையும் வளைவுப் பகுதியான 'இராஜசிங்க மங்கலம் கைகாட்டி' எனும் இடத்தில் இருந்தது. ஆனால், நெடுஞ்சாலை அருகில் இருந்த காரணத்தால், 2017 முதல் மேற்கொள்ளப்பெற்ற 'திருச்சி - இராமேஸ்வரம் தேசிய நெடுஞ்சாலை (NH-210)' விரிவாக்கப் பணியின்போது (பிற்காலத்தினர் உறைகிணறாகச் செம்மை செய்து வைக்கப் பெற்றிருந்த) அக்கிணறு இடிக்கப் பெற்றது. மற்றொன்று - இராஜசிங்க மங்கலத்திலிருந்து இராமநாதபுரம் செல்லும் சாலையில் (7கி.மீ. தொலைவில்) உள்ள வடவயல் எனும் ஊர்மக்களின் பாசன நீர்த்தேவைக்குப் பயன்படும் கண்மாய்களுள் ஒன்றான வடவயல் - முடித்தனார்வயல் கண்மாய்க் கரையோரம் உள்ளடங்கலாக உள்ளது. இக்கிணறு இருந்த இடம் மட்டும் (கண்மாய்ப் பகுதி ஆழப்படுத்தப் பெறாமல்) முட்புதர்களும் கருவேல மரங்களும் சூழ்ந்து காணப்படுகின்றது.

(பாண்டியன் கேணி என அழைக்கப்பெறும் கிணறு)

எது எவ்வாறாகினும், இவ்வூரிலுள்ள நீர்நிலையால் (பெரிய ஏரியால்) இவ்வூரானது வரலாற்றுச் சிறப்புப் பெற்றுத் திகழ்கின்றது எனலாம். அதேவேளை, மறுதலையாகச் சிந்தித்தோமானால், தமிழக அளவில் பெரிய ஏரி எனும் அடையாளத்துடன் திகழக்கூடிய அளவுக்கு இப்பகுதியில் பாசன நீர்த்தேவையும் வறட்சியும் வறுமையும் நிலவியுள்ளது என்பதே உண்மை நிலையாகின்றது.

இத்தனைக்கும் எம் மாவட்டம் (ஒருங்கிணைந்த இராமநாதபுரம் - இராமநாதபுரம், விருதுநகர், சிவகங்கை) கடற்கரை வளம்மிக்க பகுதிதான். இருந்தும் எப்படி உருவானது 'தண்ணி இல்லாக் காடு' எனும் தொன்மம்? (2013:xi)

எனும் மு.முனீஸ்மூர்த்தியின் பதிவில் இடம்பெறும் இழிநிலைத் தொன்ம அடையாளம் இராஜசிங்கமங்கலம் பகுதிக்கும் பொருந்தக்கூடியதே!

இராஜசிங்க மங்கலம் - நிருவாகப் பிரிவுகள்

மக்கள்தொகைப் பெருக்கம் கொண்ட ஒரு நாட்டை நிருவாக மேலாண்மைக்காகப் பல்வேறு பெரும்பிரிவுகளாகவும் உட்பிரிவுகளாகவும் பகுத்து ஆளுதல் என்பது மன்னராட்சிக்கும் மக்களாட்சிக்கும் பொருந்தக்கூடிய ஒரு நடைமுறையாகும். அவ்வகையில், இராமநாதபுரத்தை உள்ளடக்கிய பாண்டியநாடு இடைக்காலப் பாண்டியர் ஆட்சியின்போதும் சோழர்களது ஆட்சியின்போதும் பல்வேறு நிருவாகப் பிரிவுகளாகப் பிரிக்கப்

பெற்றுள்ளது. இவர்களது ஆட்சியின் போது நாடு, கூற்றம், வளநாடு எனும் பிரிவுகளாகப் பாண்டியநாடு பிரிக்கப்பெற்று நிருவகிக்கப் பெற்றுள்ளது.

> வேம்புக்குடிநாடு (சாத்தூர் வட்டம்), வேம்புநாடு, பருத்திக்குடி நாடு (அருப்புக்கோட்டை வட்டம்), வடதலைச் செம்பிநாடு (முதுகுளத்தூர் வட்டம்), கீழச்செம்பிநாடு, செவ்விருக்கைநாடு (இராமநாதபுரம் வட்டம்), பொலியூர்நாடு (கமுதி வட்டம்), கைக்கை நாடு (பரமக்குடி வட்டம்), இராஜராஜப் பாண்டிநாடு (மானாமதுரை வட்டம), தென்னாலைநாடு, களவழி நாடு (தேவகோட்டை வட்டம்) கானப்பேர் நாடு (சிவகங்கை வட்டம்), திருப்பிடாவூர் நாடு (திருப்பத்தூர் வட்டம்), இடையளநாடு, தழையூர் நாடு (திருவாடானை வட்டம்) என்று வழங்கப்பட்ட நாடுகளின் தொகுதி என்று இதனைக் கருதுவதே பொருத்தமுடையதாகும்.
>
> இந்த நாடுகளுள் மதுரோதைய வளநாடு, மதுராந்தக வளநாடு, கேரளசிங்க வளநாடு, அதளையூர் வளநாடு, திருபுவன முழுதுடையார் வளநாடு, வரகுண வளநாடு, ஜெயமாணிக்க வளநாடு என்பன போன்ற பிரிவுகளும் அடங்கும். இவற்றிடையே பாகனூர் கூற்றம், துகவூர் கூற்றம், முத்தூர் கூற்றம், மிழலைக் கூற்றம் போன்ற உட்பிரிவுகளும் இருந்தமை தெரிய வருகின்றன. இவையனைத்தும் பாண்டியர்கள், சோழர்கள், பிற்காலப் பாண்டியர் ஆகிய பேரரசுகளின் காலநிலையாகும் (1984:2)

எனும் எஸ்.எம்.கமால் & நா.முகம்மது செரீபு ஆகியோர்தம் குறிப்புக் கொண்டு பாண்டிய நாட்டு நிருவாக உட்பிரிவுகளை அறிந்துகொள்ள முடிகின்றது. மேலும்,

> மற்றுமொரு கல்வெட்டு இவ்வூர்(இராஜசிங்க மங்கலம்) பாண்டியரது வரகுண வளநாட்டில் உள்ள பிரமதேயம் எனக் குறிப்பிடுகின்றது (மேலது, 29)

எனும் குறிப்புக்கொண்டு இவ்வூரின் பழமையை அறிய முடிகின்றது. வரகுணன் எனும் பெயரில் அமைந்த நிலப்பிரிவே வரகுண வளநாடு ஆதல் வேண்டும். பாண்டியர் குல வரலாற்றில் வரகுணன் எனும் பெயரில் இருவர் இடம்பெற்றுள்ளனர்.

1.வரகுண மகாராசன் (ஆட்சியாண்டு, 792-835)

2.வரகுண வர்மன் (ஆட்சியாண்டு, 862-880)

எனும் இவ்விருவர்தம் பெயர்களை அடிப்படையாகக் கொண்டே இத்தகைய வளநாட்டு அடையாளங்கள் உருவாக்கப் பெற்றிருத்தல் வேண்டும்.

> **நாடுகளின் பெயர்கள் எல்லாம் ஊர்களின் அடியாகப் பிறந்தன என்பது உணரற்பாலது. கூற்றங்களின் பெயர்களும் அத்தகையவே! ஆனால், பாண்டியர்களின் இயற்பெயர்களும் சிறப்புப் பெயர்களுமே வளநாடுகளின் பெயர்களாக அமைந்திருப்பது அறியத்தக்கது (1998:147)**

எனும் தி.வை.சதாசிவ பண்டாரத்தாரின் குறிப்பும் மேற்குறித்த புரிதலுக்கு வலுச் சேர்க்கின்றது. சோழரது ஆட்சிக்காலத்திலும் இத்தகைய நாட்டுப்பிரிவுப் பெயர்களே தொடர்ந்துள்ளன. பிற் காலங்களில் மதுரையைத் தலைமையிடமாகக் கொண்டு ஆட்சி செய்த நாயக்க மன்னர்களின் ஆட்சியில் பாளையம் என்ற பெரும்பிரிவுப் பெயரும் சமுத்திரம், மஜோரா, பட்டி என்கின்ற உட்பிரிவுப் பெயர்களும் நடைமுறைப்படுத்தப் பெற்றுள்ளன. எனினும், இதற்கும் முன்பே 'சீமை' எனும் பெரும்பிரிவு பாண்டியர் ஆட்சிக் காலத்தே வழங்கப்பெற்றிருத்தல் வேண்டும்.

> **“மாடுகட்டிப் போரடித்தால்**
> **மாளாது செந்நெல்லென்று**
> **ஆனைகட்டிப் போரடிக்கும்**
> **அழகான தென்மதுரை”**
>
> **“மாடுகட்டிப் போரடித்தால்**
> **மாளாது செந்நெல்லென்று**
> **யானைகட்டிப் போரடிக்கும்**
> **பாண்டியனார் சீமையிலே”**

எனும் இருவேறுபட்ட தொழிற்பாடல்கள் பாண்டிய நாட்டுப் பகுதியில் வேளாண்தொழில் புரிவோரிடத்து இன்றும் வழங்கப் பெற்று வருகின்றன. சீர்மை என்பதன் தேய்ந்த வடிவமே ‘சீமை’ என்பதாதல் வேண்டும் என்பார் எஸ்.எம்.கமால்.

பாண்டியர்குடியை முன்னிறுத்தி வழங்கப்பெற்ற ‘சீமை’ எனும் நிலப்பிரிவு பின்னாட்களில் சேதுபதி மன்னர்களின் ஆட்சிப் பரப்பை மையமிட்டும் சேதுசீமை, சேதுபதிச்சீமை என்றவாறாக வழங்கப்பெற்றுள்ளது; வழங்கப்பெற்று வருகின்றது.

மக்களாட்சியில் இராஜசிங்க மங்கலம் – நிருவாகப் பிரிவு

மக்களாட்சியில் இராமநாதபுரம் மாவட்டத்துக்கு உட்பட்ட, திருவாடானை வட்டத்துக்கு (Taluk) உட்பட்ட பேரூர்ப் பகுதியாகத் திகழ்ந்த இராஜசிங்க மங்கலம் 16.8.2018 முதல் தனி வட்டமாகச்

செயல்படத் தமிழக அரசு ஆணை வெளியிட்டுள்ளமை குறிப் பிடத்தக்கதாகும். அவ்வகையில், இராமநாதபுரம் மாவட்டத்துக்கு உட்பட்ட 9 வட்டங்களுள் ஒன்றாகவும், அம்மாவட்டத்துக்கு உட்பட்ட 13 ஊராட்சி ஒன்றியங்களுள் (விவரம் - பின்னிணைப்பு:01) ஒன்றாகவும் இராஜசிங்க மங்கலம் திகழ்கின்றது.

இராஜசிங்கமங்கலமானது பேரூராட்சி, ஊராட்சி ஒன்றியம் எனும் இரு நிருவாகப் பிரிவுகளைத் தன்னகத்தே கொண்டுள்ளது. இராஜசிங்க மங்கலம் பேரூராட்சியில் இராஜசிங்க மங்கலம் பேரூர் தவிர,

கீழக்கோட்டை

பெருமாள்மடை

செட்டியமடை

குயவன்குண்டு

வடக்குப் பச்சேரி

கோழிகாவலன் கோட்டை

சிங்கமடைக்கா கோட்டை

தர்மபுரம்

சவேரியார் பட்டினம்

இந்திராமடை

பெத்தார்தேவன் கோட்டை

பிச்சனாகோட்டை - ஆகிய ஊர்கள் இடம்பெற்றுள்ளன.

இராஜசிங்க மங்கலம் ஊராட்சி ஒன்றியத்தில் (ஊராட்சி ஒன்றிய அலுவலகப் பதிவேட்டின்படி) 276 ஊர்கள் இடம்பெற்றுள்ளன. (விவரம் - பின்னிணைப்பு:2).

மக்களும் அவர்தம் வாழ்வியலும்

தொழில்நிலையில் இப்பகுதியினர் முழுவதும் வேளாண்மை, மீன்பிடித்தொழில் ஆகியவற்றை மட்டுமே நம்பி வாழ்கின்றனர். மிகப்பெரிய ஏரி எனும் அடையாளம் பெற்ற நீர்நிலை இங்குத் திகழ்ந்தாலும் அது வானம் பார்த்த ஏரிதான். ஆற்றுநீர்ப் பாசனமும் ஊற்றுநீர்ப் பாசனமும் இல்லாத இப்பகுதியானது மழையை

மட்டும் நம்பி ஒருபோக விளைச்சலுக்கே வானை எதிர்நோக்கி, ஏமாற்றம் பல நேரங்களிலும் ஏற்றம் சில நேரங்களிலும் பயனாகப் பெறுவதனைக் காண முடிகின்றது. அந்தவகையில் நெல்லும் மிளகாயும் இங்கு முதன்மையான விளைச்சல் பயிர்களாகின்றன. கோடை வேளாண்மையாகப் பருத்தி, எள், பயறு வகைகள் விளைவிக்கப்படுகின்றன. மிளகாய் ஏற்றுமதிச் சந்தைக்குப் பெயர்பெற்ற ஊராக இராஜசிங்க மங்கலம் திகழ்கின்றது. மிளகாய், எள், பருத்தி, பயறு போன்ற பயிர்வகைகளுக்கு நீர்த்தேவை குறைவு என்பதாலும் இங்குள்ள தட்பவெட்பநிலைக்கு ஏற்றவை என்பதாலும் அவை மிகுதியாகப் பயிரிடப்பெறுகின்றன. கோட்டைக்கரை எனும் சிற்றாறு இப்பகுதியில் திகழ்ந்தாலும் அது பாசனத் தேவையை நிறைவு செய்வதாக அமைக்கப்பெறவில்லை. மாறாக, வெள்ளப்பெருக்குக் காலங்களில் இராஜசிங்க மங்கலம் பெரிய கண்மாய் மற்றும் சருகணி ஆறு (தற்போது சிவகங்கை மாவட்டம் - தேவகோட்டை வட்டம்) ஆகியவற்றின் உபரிநீரைத் தாங்கிச் சென்று கடலில் சேர்க்கும் வடிகாலாகவே அமைந்துள்ளது.

மூன்றாம் இராஜசிம்ம பாண்டியன் உருவாக்கியதாகக் கருதப் பெறும் இராஜசிங்க மங்கலம் பெரிய ஏரி அளவில் பெரிதாகத் திகழினும் அது வானம்பார்த்த ஏரியாகவே திகழ்கின்றமை குறிப் பிடத்தக்கது. தமிழ்நாட்டில் 39202 ஏரிகள் இருந்தாலும் அவற்றுள் 25600 ஏரிகள் வானம்பார்த்த ஏரிகளாகவே உள்ளன என்பதும் இங்குக் குறிப்பிடத்தக்கது.

> **பாண்டிய மன்னன் இராசசிம்மன் (கி.பி.905-920) இதுவரை தெரிந்தவற்றில் முதலாவதாக நதிகளை இணைத்துள்ளான். ஆண்டிபட்டி அருகே வருஷநாட்டில் உற்பத்தியாகும் வையை, இராமநாதபுரம் ஏரியில் இறுதியாகக் கலக்கிறது. வைகை ஆற்றுக்கு வடக்கே சருகணியாறு என்று ஒரு ஆறு ஓடுகிறது. இந்த இரண்டு ஆறுகளிலிருந்தும் தண்ணீர் பெறும் விதத்தில் ஒரு பெரிய ஏரியை இராசசிம்மன் உருவாக்கினான். இத்திட்டத்தின்படி வைகை ஆறும், சருகணி ஆறும் நாட்டார்கால் வழியாக இராஜசிங்க மங்கலம் ஏரியில் இணைக்கப்பட்டன. (2013:155)**

என இதன் வரலாற்றுப் பின்னணியை அடையாளப்படுத்தி யுள்ளார் பழ.கோமதிநாயகம். மேற்கூறியவாறு, வைகையாற்றி லிருந்தும், சருகணியாற்றிலிருந்தும் இராஜசிங்க மங்கலம்

கண்மாய்க்கு நீர்வரத்துக் கால்வாய் இருப்பினும் பருவ காலங்களில் பெய்யும் மழையின் அளவைப் பொறுத்தே இக்கண்மாய்க்கு நீர்வரத்து அமைகின்றது. ஏனெனில், மேற்குறிப்பிட்டுள்ள இரு ஆறுகளும் வானம்பார்த்த ஆறுகள் தாம்!

இந்துக்கள், கிறிஸ்தவர்கள், இஸ்லாமியர்கள் வாழும் ஒருமைப் பாடுடைய பகுதி இராஜசிங்க மங்கலம் வட்டாரம். பாண்டியர் காலம்தொட்டுச் சேதுபதியினர் காலம்வரைக்கும் பிரம்மதேயங்களுக்கு(பிராமணர்க்கு வழங்கப்பட்ட நிலக் கொடை) உட்பட்ட பார்ப்பன ஆதிக்கம் மேலோங்கிய இப்பகுதியில் இன்று அத்தகு அடையாளங்களைக் காண இயலவில்லை. வறட்சி, மிகுவெப்பம் ஆகியன காரணமாக இருக்கலாம். மறுபுறம் சமூக பொருளியல் நோக்கில் காணும்போது, இப்பகுதியில் ஆகம விதிக்கு உட்பட்ட பெருந்தெய்வக் கோயில்களின் எண்ணிக்கை மிகக் குறைவு [இராஜசிங்க மங்கலம் - கைலாசநாதர் கோயில், இராஜசிங்க மங்கலம் - கலியபெருமாள் கோயில், ஆனந்தூர் - திருமேனிநாத சுவாமி கோயில், திருப்பாலைக்குடி - மந்தனார் கோயில், அறுநூற்று மங்கலம் - அகத்தீஸ்வரர் கோயில், செம்பிலான்குடி - மானபரணனேஸ்வரர் கோயில், மேல்பனையூர் - சுந்தரேஸ்வரர் கோயில்]. தவிர, சனவேலியில் சிவன்கோயில் ஒன்றும் (விவரம்: பின்னிணைப்பு - 3), அறுநூற்று மங்கலத்தில் பெருமாள் கோயில் ஒன்றும் சிதைந்த நிலையில் காணப்பெறுகின்றன. அவற்றுள்ளும் பெருமாள் கோயில் முற்றிலும் சிதைந்து, வழிபாடு நிகழ்த்தப்பெறா வண்ணம் காணப்பெறுகின்றது (விவரம்: பின்னிணைப்பு - 4). சனவேலி - சிவன்கோயிலை இடித்துவிட்டு, அதே இடத்தில் புதிய கோயில் கட்டுமானப் பணி நடைபெறுவதனைக் கண்ணுற முடிந்தது (நாள்: 6.9.2023).

இவற்றுள், இராசசிங்க மங்கலத்திலுள்ள

> **கைலாசநாத சுவாமி ஆலயம் எட்டாவது நூற்றாண்டில் வரகுண பாண்டியன் என்ற மன்னரால் நிர்மானிக்கப்பட்டது** (1992:599)

எனக் குறிப்பிடுவார் எஸ்.எம்.கமால். இக்கோயிலின் தோற்றம் பற்றி,

இவ்வூரிலுள்ள கைலாசநாதர் கோவிலும் மூன்றாம் இராசசிம்மன்(கி. பி.10ஆம் நூ.) காலத்தில்தான் கட்டப்பட்டிருக்க வேண்டும். ஏனெனில், இவ்வூர் பிரம்மதேயமாக வழங்கப்பட்டிருப்பதால் இது உறுதியாகிறது. இக்கோவிலில் காணப்படும் கி.பி.1142ஐச் சேர்ந்த சடையவர்மன் சீவல்லபன் என்ற பாண்டிய மன்னனின் கல்வெட்டு இவ்வூர் வரகுண வளநாட்டில் உள்ளதாகத் தெரிவிக்கிறது... இக்கல்வெட்டில் மன்னன் பெயர் முதலிய செய்திகள் அழிந்த நிலையில் உள்ளன. "திருமடந்தையும் சயமடந்தையும்" என்ற மெய்க்கீர்த்தியைக் கொண்டு இக்கல்வெட்டு கி.பி.1132 முதல் கி.பி.1162 வரையிலான ஆண்டுகளில் ஆட்சி செய்த சடையவர்மன் சீவல்லபன் காலத்தைச் சேர்ந்தது என அறிய முடிகிறது. (இராஜசிங்கமங்கலம் தொன்மைச் சிறப்புகள் http://thiruppullaniheritageclub.blogspot.com posted on 14, May 2015)

என்பார் வே.ராஜகுரு.

நாட்டார்தெய்வ வழிபாட்டுக்குப் பெயர்பெற்ற நிலப்பரப்பாக இப்பகுதி திகழ்வதனைக் கள ஆய்வின்போது காண முடிந்தது. கிறிஸ்தவர், இஸ்லாமியர் குடியிருக்கும் குடியிருப்புகள் தவிர ஏனையோர் வாழும் குடியிருப்புகளில் பெண்தெய்வக் (நாட்டார் தெய்வ மரபு) கோயில் இல்லாத குடியிருப்புகளைக் காண இயலவில்லை. குறிப்பாக, மழைத்தெய்வமான மாரியம்மன் வழிபாடு இங்குள்ள பெரும்பாலான ஊர்களில் திகழ்கின்றது. காக்கும் தெய்வங்களான காளி, அய்யனார், முனியப்பசாமி, கருப்பர் கோயில்கள் பல்வேறு பெயர்களில், ஊரின் எல்லைப் புறத்தே காடுகளில், கண்மாய்க் கரைகளில் பல்வேறு உருவில் காணப்படுகின்றன.

இப்பகுதியில் சிவராத்திரி விழாக் கொண்டாடப்படும் ஊர் களும் உள்ளன. சான்றாக, பால்குளம், மாவிலங்கை ஏந்தல், அத்தானூர், சோழந்தூர் ஆகிய ஊர்களைக் குறிப்பிடலாம். ஆனால், அந்த ஊர்களில் சிவன் கோயில் ஏதுமில்லை; நாட்டார்தெய்வ அம்மன் கோயில்களே உள்ளன. சோழந்தூரில் சிவலிங்கம் மட்டும் அமைந்த பீட அமைப்புக் கொண்ட கோயில் ஒன்று உள்ளது. அக்கோயில் அப்பகுதிவாழ் மக்களால் முனியய்யா கோயில் என்றே வழங்கப்படுகின்றது. ஆனால், அங்கு ஆகம விதிக்குட்பட்ட வழிபாடு ஏதும் நிகழ்த்தப் பெறுவதில்லை; வழிபாடு நிகழ்த்த யாருமில்லை.

இராஜசிங்கமங்கலம் — சோழந்தூரிலுள்ள சிவலிங்கம்

இராஜசிங்கமங்கலம் வட்டாரத்தில் நான்கு ஊர்களில் திரௌபதியம்மன் கோயில் வழிபாட்டைக் காண முடிகின்றது. அவ்வூர்கள் பின்வருமாறு:

1. இராஜசிங்க மங்கலம் (பேரூராட்சி)
2. பொட்டக்கோட்டை (தும்படைக்காகோட்டை ஊராட்சி)
3. அழியாதான்மொழி (கள்ளிக்குடி ஊராட்சி)
4. ஆப்பிராய் (சனவேலி ஊராட்சி)

இந்த நான்கு ஊர்களுள் பொட்டக்கோட்டை (இராஜசிங்க மங்கலத்திலிருந்து இளையான்குடி செல்லும் சாலையில், 10கி.மீ. தொலைவில்) எனும் ஊரில் உள்ள திரௌபதியம்மன் கோயில் திருவிழா நிறைவுபெற்ற பின்னர்தான் இராஜசிங்க மங்கலம் பேரூர்ப் பகுதியிலுள்ள திரௌபதியம்மன் கோயிலில் காப்புக் கட்டுதல் நிகழ்ச்சி தொடங்குகின்றது. அந்த அளவுக்கு இந்தக் கோயில் வழிபாட்டுநிலையில் ஒரு பிணைப்புநிலை காணப்படு கின்றது. ஆண்டுதோறும் சூலை மாதத்தில் வீமன் வேஷத்துடன்

தொடங்கப்படும் இந்தத் திருவிழாவானது 18 ஊர் மண்டகப் படியுடன் ஆகஸ்ட் மாதத்தில் நிறைவு பெறுகின்றது. திருவிழாக் காலங்களில் பாரதக் கதைகள் படித்துக்காட்டப் பெறுகின்றன. இறுதிநாளில், மண்ணால் பேருருவமாகச் செய்யப்பெற்ற வீமனை வதம்செய்யும் நிகழ்வு நடித்துக் காட்டப்படுவதுடன் இத்திருவிழா நிறைவு பெறுகின்றது. நாயக்கர் இனத்தைச் சேர்ந்த குடியினரே இவ்வூர்க் கோயிலை நிருவாகம், பராமரிப்புச் செய்து வருகின்றமை களஆய்வின்வழி அறிந்த கூடுதல் செய்தி.

தமிழக நாட்டுப்புற வழிபாட்டில் முன்னிற்கும் இராஜசிங்க மங்கலம் பகுதியில் திரௌபதி வழிபாடு உட்புகுந்தமை தனித்த சிந்தனைக்குரியதாகும். பாண்டிய மண்டலத்தை ஆட்சி புரிந்தோருள் நாயக்க வழியினரே ஆரிய மரபுகளைத் தமிழகத்தில் உட்புகுத்தியோராக வரலாற்றில் அடையாளப்படுத்தப் பெற்றுள்ளனர்.

> நாயக்கர்கள் சமஸ்கிருத ஆதரவாளர்கள் என்பதால் ஆரியத்தை உள்வாங்கிக் கொண்டவர்கள். இவர்களின் பழக்கவழக்கப் பண்பாட்டில் ஆரிய செல்வாக்கும் சமஸ்கிருதச் செல்வாக்கும் மிகப்பெரிய அளவில் படிந்துள்ளன. எனவே, பல்வேறு புராண கதைகளையும் நம்பிக்கைகளையும் முன்னிறுத்தி நிறைய திருவிழாக்களை இவர்கள் கொண்டாடினர். தமிழ்நாட்டில் கொண்டாடப்படும் தீபாவளி போன்ற விழாக்களுக்கு விதை இட்டவர் நாயக்கர்களே. தமிழகத்தில் சிற்றூர்கள் பலவற்றில் உள்ள திரௌபதி அம்மன் கோயில்கள் இவர்கள் காலத்தில்தான் பல்கிப் பெருகியிருக்க வேண்டும். நாயக்கர் கால விஜயநகரத்தில் ஒன்பது நாளும் கொண்டாடப்பட்ட விழா நவராத்திரி (2019:76)

என்று க.ப.அறவாணனின் 'தமிழ்மக்கள் வரலாறு - நாயக்கர் காலம்' எனும் நூலினை மதிப்பிட்டுக் கருத்துரைத்துள்ளார் ந.இராஜேந்திரன். இக்கருத்தின்வழித் திரௌபதியம்மன் வழிபாடு தமிழகத்தில் குடியேறிய குடிவழியை அறிய முடிகின்றது. இராமநாதபுரம் நகரிலும் திரௌபதியம்மன் கோயில்கள் உள்ளன (இராமநாதபுரம் - ராஜா மேல்நிலைப்பள்ளி அருகில் ஒரு கோயில் உள்ளது. இராமநாதபுரம் - செய்யது அம்மாள் மேல்நிலைப்பள்ளி அருகில் திரௌபதியம்மன் கோயில் அமைந்துள்ள தெருவானது அக்கோயிலின் பெயரிலேயே அமைந்து விளங்குகின்றது).

ஊர்ப்பெயர் இடுகையும் நீர்மேலாண்மையும்

'தமிழர்கள் நீர்மேலாண்மையில் சிறந்தவர்கள்' எனும் வழக்காறு காலம்காலமாகப் பேசப்பெற்று வரும் ஒன்றாகும். எனினும், அவ்வழக்காறு இன்றைய நிலையில் சமகாலத்தைக் குறிக்காமல் சமகாலத்துக்கு முந்தையோரை (முன்னோரை) மட்டுமே குறித்து நிற்கின்றது என்பதே உண்மை எனலாம். நீர்மேலாண்மையில் முன்னோர் கை(திசை) காட்டிய வழியில் சென்றால்தான் அவ்வழக்காறு சமகாலத்துக்கும் பொருந்துவதாக அமையும். இல்லையேல், 'நீர்மேலாண்மையைப் புறந்தள்ளி விட்டுப் பழம்பெருமையைத் தோளில் சுமந்து திரியும் சமூகம்' என்று வருங்காலம் வசைபாடும் நிலையே நேரும். எனவே, வாழ்வியல் ஆதாரங்களைப் பேணிக்காத்தலும் ஒரு சமூகத்துக்கு இன்றியமையாத பொறுப்பாகிறது. வாழ்வியல் ஆதாரங்களுள் நீரானது முதன்மை எனும் நிலையையும் பிற ஆதாரங்களுக்கு அடிப்படை எனும் நிலையையும் பெற்றுத் திகழ்கின்றது. 'நீரின்றி அமையாது உலகு' எனும் வள்ளுவர் வாய்மொழியானது இதனையே உலகுக்கு உணர்த்தி நிற்கின்றது.

தொல்காப்பியரின் கருப்பொருள் வரிசையில் இடம்பெறும் நீரானது முதற்பொருளையும், உரிப்பொருளையும், இதர கருப்பொருட்களையும் தீர்மானிக்கும் தன்மை கொண்டதாக அமைகின்றது. இதனை ஆராயுமிடத்து முதற்பொருள்களில், நிலம் நீருக்கு ஏற்றவகையில் அமைவதையும், பக்குவப்படுவதையும் காண முடிகின்றது. அவ்வாறு நீரால் பக்குவப்படும் நிலம் மக்களுக்கேற்ற வாழ்வியல் சூழலை உருவாக்கித் தருவதால் ஒவ்வொரு நிலத்திற்கும், ஒவ்வொரு விதமான உரிப்பொருள் அமையக் காரணியாகின்றது. நீரும், நிலமும் உயிர்வாழக்கூடிய பிறவற்றைத் தீர்மானிக்கின்றன. நிலங்களுக்கேற்ற வகையில் தாவரங்கள் மாறுபடுகின்றன.

> நீர்வளம் மிகுந்த பகுதிகளில் வளரும் மரங்களும், செடிகொடிகளும், பயிர்களும் நீரற்ற நிலத்தில் வளர்வதில்லை. தாவரங்கள் மட்டுமின்றி விலங்குகள், பறவைகள் போன்றவையும் சூழ்நிலைக்கேற்ற தகவமைப்பையே பெறுகின்றன. மக்களின் வாழ்க்கை நிலையும், தொழிலும் நிலத்தைப் பொறுத்ததாக உள்ளது. செய்யக்கூடிய தொழிலினடிப்படையில் நிலத்தின் மக்கட்பெயர்கள் வேறுபடுகின்றன. நில அமைப்புகளுக்கேற்பவே தெய்வங்களும், மலர்களும் இடம்பெற்றுள்ளதால் இவற்றிற்கெல்லாம் அடிப்படையாக அமைவது நீரே என்பது புலப்படுகின்றது (2013:47-48)

எனும் செ.அஜீபாவின் கருத்து இங்குச் சிந்தனைக்குரியது. மண்ணில் வாழும் உயிர்களின் வாழ்வியல் போக்கினைத் தீர்மானிக்கும் இத்தகு நீரினைத் தமிழர்கள் பல்வேறு முறைகளில், பல்வேறு செயல்திட்டங்கள்வழி நிருவகித்துப் பயன்கொண்டு வாழ்ந்து வந்துள்ளனர் / வருகின்றனர். தமிழர்களின் நீர் மேலாண்மைப் பின்பற்றுகைகளுள் ஒன்று நீரிடப் பெயர்களை வாழ்விடங்களுக்கும் சூட்டுதல் ஆகும். இதனை,

> நீரிடங்களை மையமிட்டு நகரத் தொடங்கிய மனித சமுதாயம் முதலில் குழுக்களாகவும், சேரிகளாகவும், குடியிருப்புகளாகவும், ஊர்களாகவும் தமது இருப்பினை நிலைப்படுத்திக் கொண்டுள்ளது. இத்தகைய குழு சார்ந்த நகர்வு பரவலாக்கம் பெறத் துவங்கியதும் ஒவ்வொரு குழுவிற்கும் தனித்ததோர் அடையாளம் தேவைப்பட்டிருக்க வேண்டும். இதன் விளைவாகக் குழுக்கள்/ சேரிகள் / குடியிருப்புகள் / ஊர்கள் தமக்கு நெருங்கிய தொடர்புடைய, பண்பாட்டோடு இயைந்த சில குறியீடுகளை இனக்குழு அடையாளமாகக் கொண்டிருத்தல் வேண்டும். அதாவது, ஓர் ஊரின் பாரம்பரியமிக்க அல்லது மதிப்புமிக்க குறியீடுகளான நீரிடங்கள், அரண்மனைகள், இயற்கைகள், கடவுள் பெயர்கள் ஆகியவற்றைக் கொண்டு தத்தமது குழுவை அடையாளப்படுத்தியிருக்க வேண்டும். இப்பின்னணியில் பல ஊர்ப் பெயர்களை இன்றளவிலும் இனங்காண முடிகின்றது. மக்களின் வாழ்வாதாரத்தை உறுதிப்படுத்துகின்ற நீரிடப்பெயர்களைக் கொண்டு பல ஊர்ப்பெயர்கள் இன்றும் காணப்பெறுவது குறிப்பிடத்தக்கது (2015:51)

என மனிதவாழ்வின் குறியீட்டு அடையாளங்களுள் ஒன்றாக ஊர்ப் பெயர்களை மதிப்பிடுவார் ம.லோகேஸ்வரன்.

அவ்வகையில், நீர்மேலாண்மைக்கும் ஊர்ப்பெயர் இடுகைக்கும் இடையிலான பிணைப்புநிலை பற்றி விளக்குவதாக இப்பகுதி அமைகின்றது.

ஊர்ப்பெயர்களான நீர்நிலைப் பெயர்கள்

நீர்மேலாண்மையில் சிறந்து விளங்கிய பண்டைத் தமிழகம் நிலவியல் அமைப்பில் இயற்கையாக உருவான ஆறு எனும் நீர்நிலையால் மட்டுமே தனது தேவையை நிறைவுசெய்து கொள்ள வில்லை. காடுகளிலும் மலைகளிலும் வேட்டையாடித் தமது உணவுத் தேவையை நிறைவுசெய்து வந்த ஆதிகால வேட்டைச் சமூக இனக்குழுவானது, நீராதாரத்தை மையமிட்ட ஆற்றினைக் கண்டதும், தம் சிந்தனைப் போக்கில் உதித்த புதிய வெளிச்சத்தி னூடாக, ஆற்றோரக் கரையினிலேயே, மேடான நிலப்பரப்பிலேயே குடியமர்த்தலை நிகழ்த்தியுள்ளதனைப் பண்பாட்டு மானிட வியலாளர் பல்வேறு படிநிலைகளின்வழி விளக்கியுள்ளனர்; விளக்கி வருகின்றனர். நாகரிகத்தின் முன்னோடியாக உலகில் கருதப்பெறும் எந்தவொரு மனித இனமும் ஆற்றங்கரை (நீர்நிலை) நாகரிக அடையாளம் கொண்டதுவே எனலாம்.

உலகில் தொல்குடிகள் வாழ்ந்த நிலமாக அடையாளப் படுத்தப்பெறும் லெமூரியா (பஃறுளி ஆறு), ஹரப்பா, மொகஞ்சதாரோ (சிந்துநதி), எகிப்து (நைல் நதி), மெசபடோமியா (யூப்ரடிஸ், டைகிரிஸ் நதிகள்), ஆதிச்சநல்லூர் (தாமிரவருணி ஆறு), கருவூர் (நொய்யல் ஆறு) கீழடி (வைகை ஆறு) முதலானவை ஆற்றங்கரை நாகரிக அடையாளம் பெறுவனவே! அவ்வகையில், இராமநாதபுரம் மாவட்டத்தில் அகழாய்வு நிகழ்த்தப்பெற்ற இடங்களுள் குறிப்பிடத்தக்க ஓர் ஊர் ‘அழகன்குளம்’ ஆகும். இவ்வூரானது ஆற்றுநீர் கடலில் கலக்கும் நிலப்பரப்பை ஒட்டியது என்பதும் இவ்வூர்க்கருகில் ‘ஆற்றங்கரை’ எனும் பெயரில் ஓர் ஊர் வழங்கி வருகின்றது என்பதும் சுட்டத்தக்கதாகும்.

தமிழகத்தைப் பொறுத்தவரை பேரரசுகள் நிலைகொண்ட பிற்காலங்களிலும் ஆற்றினை ஒட்டியே அவ்வரசுகள் தம் வல்லாண்மையை நிலைபெறச் செய்துள்ளதனைக் கண்கூடாகக் காண முடிகின்றது. இதனை,

> இவ்வரசுகள் (மூவேந்தர் அரசுகள்) யாவும் பெரும்பாலும் ஆற்றோரங் களிலேயே தோற்றம் கொண்டுள்ளன. சோழர்களின் தலைநகரம் காவிரியை மையப்படுத்தியும் சேரர்களின் தலைநகரம் பொருநையை மையப்படுத்தியும், பாண்டியர்களின் தலைநகரம் வைகையை மையப்படுத்தியும் அமைக்கப் பட்டுள்ளன (2004:11)

எனும் அ.செல்வராசுவின் கருத்தும் இதனை உறுதிப்படுத்து கின்றது. மேலும்,

> **தமிழர்கள் நீருள்ள இடங்களைக் கண்டு ஆங்காங்கே தங்கள் குடியிருப்புகளை அமைத்துக் கொண்டார்கள். நீரோடு தொடர்புடைய பெயர்களைக் கொண்டு விளங்கும் ஊர்கள் நெடுங்காலமாகத் தமிழர்கள் வாழ்வோடு நீரிடங்கள் கொண்டுள்ள நெருக்கமான உறவை உணர்த்துகின்றன (2011:104)**

எனக் குறிப்பிடும் த.பழமலயின் கருத்தை நோக்கும்பொழுது அரசுகள் மட்டுமின்றிக் குடிமக்களும் ஆறு உள்ளிட்ட நீரிடங் களைச் சார்ந்து குடியமர்ந்துள்ளதனை அறிய முடிகின்றது. ஆக, பல்வேறு காரணங்களுக்காகப் புலம்பெயர்வு மேற்கொண்ட மனித சமூகம் நீர்நிலையோரங்களில் குடியேறியும், இயற்கையாக நீர்நிலை அமையாத இடங்களில் செயற்கையாக நீர்நிலைகளை உருவாக்கியும் அவற்றின்வழித் தமது வாழ்வியல் தேவைகளை நிறைவேற்றியுள்ளதாகக் கொள்ளலாம்.

> **"காடுகொன்று நாடாக்கிக்**
> **குளம்தொட்டு வளம்பெருக்கிப்**
> **பிறங்குநிலை மாடத்து உறந்தை போக்கிக்**
> **கோயிலொடு குடிநிறீஇ"** (பட்டினப்.283-286)

எனும் பழந்தமிழ்ப் பாடலடிகள், நாட்டை ஆளும் மன்னன் (கரிகாற் பெருவளத்தான்)ஊர்களை உருவாக்கி, நீர்வளம் பெருக்கிக் குடிநலம் பேணிய செய்திகளைக் குறிப்பிடுகின்றன. இப்பாடலடிகளில் இடம்பெறும் "கோயிலொடு குடிநிறீஇ" எனும் தொடர் சமூகப் பின்புலத்தோடு தனித்து எண்ணிப்பார்க்கத் தக்கதாகும். அதாவது, காடுகளை அழித்து அவற்றைக் குடி களின் வாழ்விடமாக மாற்றும்பொழுது குளம்(ஏரி உள்ளிட்ட நீர்நிலைகள்), கோயில் ஆகிய இரண்டனையும் உருவாக்கி, அவற்றைச் சார்ந்தே குடிகள் தம் வாழ்வியலை அமைத்துக் கொள்வதற்கான சூழலை மன்னன் ஏற்படுத்தியுள்ளான் எனும் செய்தி இதன்வழிப் புலனாகின்றது.

> **"குளம்தொட்டுக் கோடு பதித்து வழிசீத்து**
> **உளம்தொட்டு உழுவயல் ஆக்கி - வளம்தொட்டுப்**
> **பாகுபடும் கிணற்றோடு என்று ஐம்பால்படுப்பான்**
> **ஏகும் சுவர்க்கத்து இனிது"** (சிறுபஞ்ச.66)

எனப் பழந்தமிழ் அறநூல் பாடலொன்று, 'குடிமக்களின் வாழ்வாதாரங்களுள் முதன்மையாகத் திகழும் நீர்நிலைகளை உருவாக்குவோர் எவ்வித இடையூறுமின்றிச் சொர்க்கம் செல்வது உறுதி' என்கிறது. இப்பாடலானது ஆட்சியாளர்க்கு அறிவுறுத்தும் நிலையிலும், குடிமக்களுக்கு அறிவுறுத்தும் நிலையிலும் அமைந்து சிறக்கின்றமை குறிப்பிடத்தக்கதாகும். மேலும், வாழ்நாளின் இறுதியில் சொர்க்கத்துக்குச் செல்வதற்காகவாவது தம் வாழ்நாளுக்குள் (அரசனோ, குடிகளோ ஒன்றிணைந்து) நீர்நிலைகளை உருவாக்குதல் வேண்டும் எனும் சிந்தனையை மனத்துள் உருக்கொளச் செய்துள்ளது இப்பாடல். ஆக,

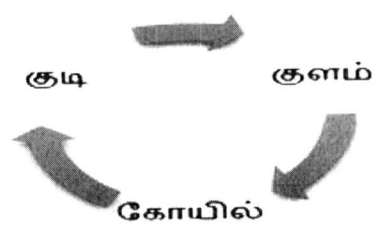

எனும் சார்புநிலையே மனிதவாழ்வின் அடிப்படையாகத் தமிழகத்துள் நிலவி வந்துள்ளது; வருகின்றது.

இவ்வாறான, மனிதவாழ்வின் அடிப்படையாகத் திகழ்ந்த நீர்நிலைப்பெயர்களே அந்நீர்நிலையைச் சார்ந்து வாழக்கூடிய குடியிருப்புகளின் அடையாளப் பெயர்களுக்கு முன்/பின் ஒட்டு களாக அமைந்து விளங்குகின்றன.

நீர்நிலைகளை மையமிட்டு நிகழ்ந்த புலப்பெயர்வினால் நீர்நிலைகளின் பெயர்களைத் தமது குடியிருப்புகளின் (ஊர்களின்) பெயர்களாகக் கொண் டுள்ளனர். தென்மாவட்டங்களில் குளத்தை மையமிட்டு பல கிராமங்கள் இருப்பதை இன்றும் காணமுடிகின்றது. பிற மாவட்டங்களில் சிறுபான்மையாக உள்ள இத்தகைய பெயர்கள் தென்மாவட்டங்களில் (குறிப்பாக சிவகங்கை, இராமநாதபுரம், விருதுநகர், திருநெல்வேலி, தூத்துக்குடி) பரவலாகக் காணப் படுகின்றன (2015:25,26)

எனும் ம.லோகேஸ்வரனின் மதிப்பீடு இங்குக் குறிப்பிடத்தக்க ஒன்றாகும்.

பெருங்கற்காலப் பண்பாட்டு அடையாள நோக்கில் சிவகங்கை மாவட்ட ஊர்ப்பெயர்களை அணுகிய க.பாலாஜி, அம்மாவட்டத்தில்

> குளம் என்ற பின்னொட்டைக் கொண்ட ஊர்களாக 152 ஊர்கள் அமைந்துள்ளன (2013:62)

எனக் குறிப்பிட்டு, அவ்வூர்ப் பெயர்களைப் பின்னிணைப்பில் அளித்துள்ளமை இங்குச் சுட்டத்தக்க ஒன்றாகும்.

நீர்நிலைப்பெயர் தாங்கிய ஊர்ப்பெயர்கள் (இராஜசிங்க மங்கலம் ஒன்றியம்)

பழந்தமிழ் இலக்கியங்களான சங்க இலக்கியங்களில் நீர்நிலை தொடர்பான கலைச்சொற்களையும் நீரியல் மேலாண்மை சார்ந்த கட்டுமானக் கலைச்சொற்களையும் பரவலாகக் காண முடிகின்றது.

சங்க இலக்கியங்களில் இடம்பெற்றுள்ள நீர்நிலைகளை அவற்றின் தன்மைநோக்கில் அ) இயற்கையாக அமைந்தவை ஆ) செயற்கையாக உருவாக்கப் பெற்றவை எனப் பாகுபடுத்தி விளக்குவார் செ. அஜீபா (2013:65-120). அவ்வகையில் சங்க இலக்கியங்களில்,

அ) இயற்கையாக அமைந்தவை

அருவி (குறிஞ்சி), கடல் (நெய்தல்), கான்யாறு (முல்லை), சுனை (குறிஞ்சி), படு (பாலை)

ஆ) செயற்கையாக உருவாக்கப் பெற்றவை

அகழி, இலஞ்சி, கயம், கிணறு, குட்டம், குளம், கூவல், கேணி, சூழி, படு, பத்தர், பொய்கை

எனும் பெயர்களில் நீர்நிலைகள் அமைந்துள்ளதனை அறிய முடிகின்றது. மேலும், நீர்மேலாண்மையை மையமிட்ட கட்டுமான அமைப்புகள் தொடர்பான சில கலைச்சொற்களையும் சங்கப்பாடல்கள் பதிவு செய்துள்ளன. அவை - குமிழி, சுருங்கை, புதவு, மடை, மதகு என்பன. இவ்வாறான நீர்நிலைப் பெயர்களையும் நீர்மேலாண்மை உறுப்புகளின் பெயர்களையும் முன்,பின் ஒட்டுகளாகக் கொண்ட ஊர்ப்பெயர்கள் தமிழகத்தில் ஏராளம்.

இராமநாதபுரம் உள்ளிட்ட தென்மாவட்டங்களில் ஆற்றுநீர்ப் பயன்பாடு மிகவும் குறைவு என்பது முன்னர்க் கூறப்பெற்றது. எனவே, நீர்த்தேவைக்காகச் செயற்கையாக உருவாக்கப்பெற்ற நீர்நிலைகள் இங்கு மிகுதி. அதாவது, செயற்கை நீர்நிலைகளின் தேவை இங்கு மிகுதி. அவ்வகையில், கண்மாய், குளம், ஊருணி, ஏந்தல், தாவு என்பனவாகிய நீர்நிலைகள் இப்பகுதியில் இன்றும் வழக்கில் உள்ளதனைக் காண முடிகின்றது.

இனி, இராமநாதபுரம் மாவட்டம் - இராஜசிங்க மங்கலம் ஒன்றியத்துக்கு உட்பட்ட ஊர்ப்பெயர்களுள் நீர்நிலை அடையாளம் கொண்ட ஊர்ப்பெயர்களைப் பகுத்து நோக்கலாம்.

அ) குளம் எனும் பெயரில் அமைந்தவை (10+2)

ஆலங்குளம்	கொடுங்குளம்
இளங்குளம்	பால்குளம்
எலிக்குளம்	மடக்குளம்
காட்டுக்குளம்	மாங்குளம்
கீழ்மருதங்குளம்	வெட்டுக்குளம்

நீண்ட, பெரிய நீர்நிலைகளான ஏரிகளும் கண்மாய்களும் பழங்காலத்தில் ‘குளம்’ எனும் பொதுச்சொல் கொண்டே வழங்கப்பெற்றுள்ளன. முடிமன்னர்களின் கல்வெட்டுக் குறிப்புக் களிலும் செப்பேடுகளிலும் ஏரியானது குளம் என்றே அடை யாளப்படுத்தப் பெற்றுள்ளது. “இராசசிங்கப் பெருங்குளக் கீழ்ச்சூழுநகர்” எனும் சின்னமனூர்ச் செப்பேட்டுக் குறிப்பில் இடம்பெறும் ‘பெருங்குளம்’ என்பது பெரிய ஏரி (கண்மாய்) யைக் குறிப்பதாகும். சங்க இலக்கியப் பாடல்களில் ஏரியானது பெருங்குளம் *(குறுந்.325:6; நற்.340:3; அகம்.252:13)*, நெடுங் கயம் *(நற்.148:4; அகம்.361:12)*, பெருங்கயம்*(புறம்.44:1)*, வியன்குளம் *(அகம்.42:9)* எனக் குறிப்பிடப் பெற்றுள்ளமை இங்கு எண்ணிப்பார்க்கத் தக்கது. எனவே, ஊர்ப்பெயர்களில் இடம்பெறும் குளம் என்பது நாற்புறமும் கரையமைப்புக் கொண்ட வட்ட வடிவிலான சிறிய நீர்நிலையை மட்டும் குறிப்பிட்டு அமைவதில்லை.

மேற்குறிப்பிட்ட 10 ஊர்களிலும் பாசனத்திற்குரிய கண்மாய், குளித்தல் உள்ளிட்ட புழங்குதலுக்குரிய குளம், குடிநீருக்குப் பயன்படுத்தப்பெறும் ஊருணி ஆகியவை உள்ளமை களஆய்வின் போது அறியப்பெற்றது. இவற்றின் பெயரிடு காரணிகளைத் தகவல் திரட்டலின் வழியாகவும் சொற்கட்டமைப்பு வழியும் இனங்காண இயலுகின்றது. எனினும், மக்களது பேச்சுவழக்கில், காலப்போக்கில் உச்சரிப்பால் நேரும் திரிபுகளால் தம் ஊர்ப் பெயர் திரித்து வழங்கப்பெறுவதனையும், திரிபுக்கேற்ப புதிய (கற்பனைக்) கதையாடல்களைத் தம் ஊர்ப் பெயருக்கான காரணங்களாக உலவ விடுகின்றதனையும் களஆய்வின்போது காண முடிந்தது. சான்றாக, எலிக்குளம் எனும் ஊர்ப்பெயரைச் சுட்டலாம். "எலிகள் பெருகிக் காணப்படும் குளத்தினைக் கொண்டதால் இவ்வூர்க்கு இப்பெயர் உண்டாகியது" எனக் கூறு கின்றனர் மூத்தோர். இதற்கு மாற்றாக, 'எழில்'(அழகு) எனும் பொருளில் 'எழில்குளம்' எனும் பெயரே மக்களது பேச்சுவழக்கில் மருவிமருவி 'எலிக்குளம்' ஆனது எனக் கூறுகின்றனர் புதிய தலைமுறையினர். எலிகள் இல்லாத நீர்நிலைதாம் இன்று ஏது? சேதுபதிகளின் செப்பேட்டில் எலிக்குளம் எனும் பதிவே காணப்படுகின்றமை குறிப்பிடத்தக்கது. (1992:52)

மான் + குளம் எனும் இருபெயர்கள் இணைந்து மக்களது பேச்சுவழக்கில் மாங்குளம் என்றாகியுள்ளது. மான்கள் திரிகின்ற காடுகளையுடைய குளம். ('மரைக்காடு' எனும் ஊர்ப்பெயர் இவ்விடம் நினைக்கத்தக்கது).

ஆலங்குளம் - ஆல் + அம் + குளம் (அம் - சாரியை). ஆலமரத்தடியின் கீழுள்ள அழகிய குளம்.

வெட்டுக்குளம் - புதிதாக வெட்டி உருவாக்கப்பெற்ற குளம் எனும் பொருளில்.

காட்டுக்குளம் - காடுகள் அடர்ந்த குளம்.

கீழ்மருதங்குளம் - மருதம் என்பது வயலும் வயல் சார்ந்த திணைப்(நிலம்) பெயராக அமையினும், இங்கு நிலத்தைக் குறிக்காது மருதமரத்தைக் குறித்ததாதல் வேண்டும். ஆலங்குளம் போல!

கொடுங்குளம் - கொடு + குளம். கொடு என்றால் வளைவு என்று பொருள். ஆக, வளைந்த கரையமைப்புடைய குளம் என்பது காரணமாதல் வேண்டும்.

பால்குளம், இளங்குளம் என்பனவற்றிற்கான காரணங்களை அறியுமாறில்லை, காலங்காலமாக இவ்வாறே வழங்கி வருவதாகவே களஆய்வின்போது தகவல் பெற முடிந்தது.

இவ்வொன்றியத்தில் உள்ள குலநாத்தி (ஏ.ஆர்.மங்கலம் ஊராட்சி), குலமாணிக்கம் (ஓடைக்கால் ஊராட்சி) எனும் இரு ஊர்ப்பெயர்களும் தமிழிலுள்ள ள/ல எனும் வேறுபட்ட எழுத்துக்களால் திரிந்து வழங்கி வருகின்ற பெயர்களாகும். Alphabetical list of villages in the Taluks and Districts of the Madras Presidency *(1933:529)* எனும் ஆவணத் தொகுப்பில் இவ்விரு ஊர்ப்பெயர்களும், (திருவாடானை தாலுகா எனும் பகுப்பின்கீழ்) Kulanatti - குளநாத்தி; Kulamanikkam - குள மாணிக்கம் என நீர்நிலையோடு (குளம்) தொடர்புடைய பெயர் களாகவே குறிக்கப்பெற்றுள்ளமை கவனத்திற்குரியதாகும்.

ஆ) ஏந்தல் எனும் பெயரில் அமைந்தவை (29)

ஏந்தல் எனும் பின்னொட்டைக் கொண்ட ஊர்ப்பெயர்கள் இப்பகுதியில் மிகுதியான எண்ணிக்கையில் இடம்பெற்றுள்ளதனை அறிய முடிகின்றது. சிவகங்கை மாவட்டத்தில் 127 ஊர்கள் ஏந்தல் எனும் பின்னொட்டைக் கொண்டு அமைந்துள்ளமையை வரிசைப்படுத்தியுள்ளார் க.பாலாஜி (2013:96-98). ஏந்தல் எனும் பெயருக்கான காரணத்தை, (பொருளை) இவ்விடத்து உணர்த்துதல் இன்றியமையாததாகும்.

ஏந்தல் என்பதற்கு *'அரசன், உயர்ச்சி, ஏந்துதல், பெருமை, பெருமையிற் சிறந்தோன், மலை, மேடு'* ஆகிய பொருள்களைத் தருகின்றது தமிழ்மொழி அகராதி (2014:334). இவற்றுள், ஏந்துதல் எனும் பொருளே நீர்நிலைப் பெயர்கொண்ட ஏந்தல் என்பதற் குரியதாகின்றது.

ஏர்த்தொழிலுக்கு பயன்படும் நீர்நிலை 'ஏரி' என்றும், வேறு வகையாலன்றி மழைநீரை மட்டும் ஏந்தி நிற்கும் நிலையினை 'ஏந்தல்' என்றும், கண்ணாறுகளை

உடையது 'கண்மாய்' என்றும் தமிழர்கள் பெயரிட்டு அழைத்தனர் (ஏந்தல் - www.ta.wikitionary.org)

எனக் குறிப்பிடுவார் தொ.பரமசிவன்.

தனியாக இருக்கும் குளங்களைவிட சங்கிலித்தொடராக இருக்கும் குளங்களே மழைநீரைச் சேமிக்கப் பெரிதும் உதவும். இதுபோன்ற தொடர்களின் தொடக்கத்திலுள்ள குளம் மழை வடிமுகத்திலிருந்து வரும் நீரை ஏந்துவதால் 'ஏந்தல்' எனப்பட்டது.

அதைத் தொடர்ந்து பின்னுள்ள குளங்கள் ஏந்தலிலிருந்து வடியும் வெள்ளம் மற்றும் கூடுதல் நீரைத் தாங்குவதால் அவை 'தாங்கல்' எனப்பட்டன. இன்றும் இப்பெயர்கள் குறிப்பாகத் தென்மாவட்டங்களில் வழக்கத்தில் உள்ளன (2013:91)

என்பார் பழ. கோமதிநாயகம்.

ஆய்வாளரின் ஊரிலும் ஏந்தல் எனும் பெயரில் ஒரு நீர்நிலை உள்ளது. அந்நீர்நிலையானது 'ஏந்தல் கண்மாய்' என்றே பெயரிட்டு வழங்கப் பெறுகின்றது. அது, மழைநீரை மட்டும் ஏந்தி நிற்பதாக அமைந்திருக்கவில்லை. பெரிய நீர்நிலை (கண்மாய்) ஒன்றின் மடையிலிருந்து வெளியேறும் நீரை ஏந்தி நின்று, ஊரிலுள்ள குளம், குண்டு உள்ளிட்ட புழங்குதேவை நீர்நிலைகட்கும், பாசனத்திற்கும் அந்நீரை வழங்கும் வண்ணம் அமைக்கப்பெற்றுள்ளது. மேலும், பெரிய கண்மாய்க்கும் குடியிருப்புப் பகுதிக்கும் இடையிலுள்ள வயல்வெளிகளின் உபரிநீரானது குடியிருப்புப் பகுதிக்குள் புகுந்து விடாமல், அவற்றை ஏந்தி நிற்கும் வகையிலும் திட்டமிட்டு அமைக்கப் பெற்றுள்ளது. இதுபற்றிய தெளிவினைக் காட்டும் காட்சிப்படம் வருமாறு:

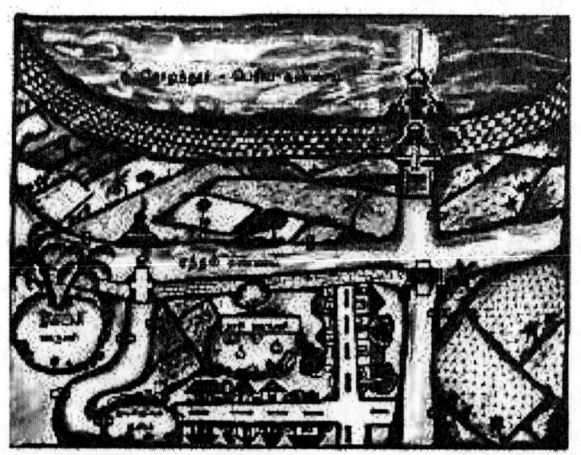

ஆக, இத்தகு முதன்மை வாய்ந்த நீர்நிலையின் பெயரையே தமிழர்கள் தங்கள் ஊரின் பெயராக இட்டுள்ளனர் என எண்ணிப் பெருமிதம் கொள்ளலாம். இப்பெருமிதத்தின் வெளிப்பாடே இராஜசிங்கமங்கலம் வட்டாரத்தில் இடம்பெற்றுள்ள ஏந்தல் எனும் பின்னொட்டுக் கொண்ட ஊர்ப்பெயர்ப் பதிவுகள் (29/276) எனலாம்.

ஏந்தல் என்னும் பெயரிலமைந்த இந்நீர்நிலையானது ஏரி, கண்மாய் உள்ளிட்ட பெரிய நீர்நிலைகளிலிருந்து நீரைப் பகுத்து வழங்குவதற்காகப் பிற்காலத்தில் அந்தந்த ஊர்மக்களால் உருவாக்கப் பெற்றதாதல் வேண்டும். காரணம் அவற்றின் பராமரிப்பு எவரிடத்து உள்ளது என்பதே! சான்றாக, சோழந்தூர் ஊராட்சியில் உள்ள கண்மாய், ஏந்தல் ஆகியவற்றின் நிருவாகக் கட்டுப்பாட்டை வைத்து அவற்றின் தோற்றம் உள்ளிட்டவற்றை எளிதில் ஊகிக்கலாம். சோழந்தூர் ஊராட்சியில் ஒரு பெரிய கண்மாய் உள்ளது. அக்கண்மாயிலிருந்து சோழந்தூர், மேட்டுச் சோழந்தூர், வடவயல் ஆகிய மூன்று ஊர்களின் வேளாண்மை நிலங்கள் பாசன வசதியைப் பெறுகின்றன. இக்கண்மாய் பொதுப்பணித்துறையின் கட்டுப்பாட்டில் உள்ளது. இவ்வூராட்சிக்குட்பட்ட வடவயல் என்னும் ஊரில் ‘ஏந்தல் கண்மாய்’ எனும் பெயரில் சிறிய நீர்நிலை (சுமார் 1கி.மீ. நீளம்) ஒன்று உள்ளது. அந்நீர்நிலையிலிருந்து வடவயலைச் சேர்ந்த வேளாண்மை நிலங்கள் மட்டுமே பாசன வசதியைப் பெறுகின்றன. இந்நீர்நிலையைத் தூர்வாருதல், புதர் அகற்றுதல், நீர்ப்பகிர்வு, மீன்பிடித்தல் உள்ளிட்ட நிருவாகப் பணிகளை அவ்வூர் மக்களே மேற்கொள்கின்றனர். ஊராட்சிக்கு உட்பட்ட ஊர் எனும் நிலையில் பராமரிப்புக்கு ஊராட்சி மன்ற நிதி பயன்படுத்தப் பெறுகின்றமை குறிப்பிடத்தக்கதாகும்.

ஏந்தல் எனும் சொல்வழக்குத் தூய தமிழ்வழக்கு. சங்க இலக்கியங்களில் ‘ஏந்தல்’ எனும் சொல் இடம்பெற்றிருந்தாலும் (அகம்.381:3; குறுந்.180:2; பரி.3:38) அவ்விடங்களில் உயர்ந்தவன், பெருமையுடையவன் எனும் பொருளில் உயர்திணைப் பெயராகவே வழங்கி வந்துள்ளது; நீர்நிலையைக் குறிப்பிட்டு வழங்கப் பெறவில்லை. கி.பி.14ஆம் நூற்றாண்டு வரையிலான தமிழ் நிகண்டுகள் எவற்றிலும் நீர்நிலையைக் குறிக்கும் வண்ணம் ஏந்தல் எனும் சொல் பயன்படுத்தப் பெறவில்லை. கி.பி.16ஆம்

நூற்றாண்டு முதல் கி.பி. 18ஆம் நூற்றாண்டு வரை பாண்டிய நாட்டின் ஒரு பகுதியாகிய இராமநாதபுரத்தைத் தலைமையிடமாகக் கொண்டு தன்னரசு செலுத்திய சேதுபதி மன்னர்களின் ஆவணக் குறிப்புகளில் நீர்நிலையைக் குறிக்கும்வண்ணம் ஏந்தல் எனும் சொல் இடம்பெற்றுள்ளமை இங்குக் குறிப்பிட்டுச் சுட்டத்தக்க ஒன்றாகும். சான்றாக, கண்டெடுக்கப்பட்டவற்றுள் சேதுபதி மன்னர்களது முதல் செப்பேடு என அடையாளப்படுத்தப் பெற்றுள்ள 'மும்முகாத்தன் செப்பேட்டில்' ஊரகத்து நீரெல்லையாக ஏந்தல் எனும் நீர்நிலை குறிப்பிடப் பெற்றுள்ளதனை இங்கு அடையாளப்படுத்தலாம்.

> இந்தச் செப்பேடுகளில் (சேதுபதிகளின் செப்பேடுகளில்) நீர்தேக்கங்கள் குறிக்க கண்மாய், ஏந்தல், ஊரணி, குளம், குட்டை, குண்டு என்ற சொற்கள் பயிலப்பட்டு வந்துள்ளன (1992:49)

என அடையாளப்படுத்தியுள்ளார் எஸ்.எம்.கமால்.

> "...றாசஸ்ரீ தளவா
> ய் சேதுபதி காத்த தேவரவர்கள் இராமனாத சுவாமி பறுவதவ
> ர்த்தனி அம்மன் அபிஷேக னெய்வேதனம் பூசைக்கி இராமனாதப
> ண்டாரமவர்கள் பாரிசம் தானபூர்வமாக கட்டளை யிட்டது
> மும்முகாத்தன் பாண்டியூர் தியாகவஞ்சேரி வெங்கட்டாங்
> குறிச்சி கொந்தை அஞ்சி கிறாமமும் மேல்படி நாங்கெல்கை
> க்குள்பட்ட நஞ்சை புஞ்சை திட்டு திடல் ஏந்தல் பிரவிை
> ட குட்டம் குளம் பள்வரி பணவரி சகல சமுதாயமும்ச
> றுவ மானியமாக இராமனாத சுவாமிக்கு உபையமாக
> தாம்புரசாதன பட்டையம் குடுத்தோம்" (1992:90.91)

என அச்செப்பேட்டுச் செய்திகளைப் பதிப்பித்துள்ளார் எஸ். எம்.கமால். இச்செப்பேட்டின் காலம் பற்றி,

> (இச்)செப்பேட்டின் இறுதிப்பகுதியில் தளவாய் சேதுபதி கையொப்ப மிட்டுள்ளார். இச்செப்பேட்டின் காலம் சடைக்கத்தேவர் என்ற உடையான் சேதுபதி காலமாகும். அவருக்கு (மதுரை நாயக்கர் ஆட்சிக்கு உட்பட்ட) தளவாய் சேதுபதி என்று பெயர் இருந்திருக்கலாம் என இச்செப்பேட்டின் மூலம் அறிகின்றோம். 1605 ஆம் ஆண்டு சேதுபதி அரசர்கள் நியமிக்கப் பெற்றவுடன்

அடுத்த ஆண்டு அளிக்கப்பெற்ற இச்செப்பேடு சேதுபதி அரசர்களின் முதல் செப்பேடு என்னும் பெருமையைப் பெறுகிறது (1994:2)

என்று மதிப்பிட்டுரைத்துள்ளார் செ.இராசு.

ஆக, ஏந்தல் என்னும் சொல்வழக்கின் தொன்மை கி.பி.16ஆம் நூற்றாண்டுக்கு முற்பட்டது எனக் கொள்ளலாம்.

இராஜசிங்கமங்கலம் ஊராட்சி ஒன்றியத்துள் 29 ஊர்கள் ஏந்தல் எனும் பெயர்கொண்டு அமைந்துள்ளன. அவை,

ஆலேந்தல் சப்பானியேந்தல் பாகனிகட்டயனேந்தல்

ஆவரேந்தல் சித்தனேந்தல் பானனேந்தல்

ஆவரேந்தல் செட்டியேந்தல் பிரண்டியாரேந்தல்

ஏந்தல்கரை தப்பகுடித்த சேந்தனேந்தல் புத்தனேந்தல்

கண்ணாரேந்தல் தாழியாரேந்தல் பொன்னியேந்தல்

கனக்கனேந்தல் துத்தியேந்தல் மாவிலங்கையேந்தல்

கீழச் சேந்தனேந்தல் தெற்கனேந்தல் மேலச் சேந்தனேந்தல்

கீழேந்தல் தெற்கனேந்தல் காலனி மொச்சியேந்தல்

குமிழியேந்தல் நாகனேந்தல் வெள்ளாரேந்தல்

கோவிலேந்தல் நெட்டேந்தல்

பழங்காலத்தில் உயர்வு, பெருமை எனும் பொருள்களைச் சுட்டி மனிதருள் சிறந்தோரைக் குறித்து நின்ற ஏந்தல் எனும் பெயரானது காலப்போக்கில் நீர்நிலைகளுள் ஒன்றைக் குறித்துப் பொருள்கொள்ளப்பெற்று வழங்கி வருகிறது. காரணகாரிய இயைபு கொண்ட இப்பெயரைத் தமிழர்கள் வழங்கி வந்துள்ளமையும் வழங்கி வருகின்றமையும் போற்றத்தக்க செயல்களாகும்.

இ) மடை எனும் பெயரில் அமைந்தவை (9)

ஏரி, குளம், கண்மாய் உள்ளிட்ட நீர்நிலைகளிலிருந்து பாசனம் உள்ளிட்டவற்றிற்கு நீரை வெளியேற்றப் பயன்படுத்தப்பெறும் செயற்கை உறுப்பே மடை என்பதாகும்.

மடை என்பது ஆறு, ஏரி, கால்வாய்களில் தண்ணீர் வெளியேறுவதற்காக அமைக்கப்படுகிறது. மடையில் ஒரு கதவு இருக்கும். கதவைத் திறந்தால்

'மடைதிறந்த வெள்ளம் போல' தண்ணீர் வெளியேறும். வெளியேறும் தண்ணீரின் அளவைக் கூட்டவோ குறைக்கவோ முடியாது (2013:90,91) என்பதாக மடையின் செயல்பாடு அமைகின்றது.

மடை எனும் சொல்வழக்குப் பழங்காலத்ததாகும். 'மடை திறந்த வெள்ளம் போல' எனும் உவம வழக்காறும் இதனை மெய்ப்பிக்கும். சங்க இலக்கியங்களில் 'மடை' எனும் சொல்லானது நீர்மேலாண்மை உறுப்புகளில் ஒன்றெனும் பொருளிலும் புலவர்களால் பயன்படுத்தப் பெற்றுள்ளமை இச்சொல்லின் தொன்மையை உணர்த்தி நிற்கின்றது. சங்க இலக்கியங்களில் 'மடை' எனும் சொல்லானது 22 இடங்களில் இடம்பெற்றுள்ளதனைச் சங்க இலக்கியச் சொல்லடைவு (2007:523) அடைவுபடுத்தியுள்ளது. இந்த 22 இடங்களில் மூட்டுவாய், உணவு, நீர்மேலாண்மை உறுப்பு எனும் பொருள்களில் இச்சொல்லானது பயின்று வந்துள்ளது. இவற்றுள் பின் வரும் 3 இடங்களில் மட்டும் நீர்மேலாண்மை உறுப்புத் தொடர்பான பதிவாக இடம்பெற்றுள்ளமை குறிப்பிடத்தக்கது. அவை வருமாறு:

"கல்லா யானைக் கடுந்தேர்ச் செழியன்
படைமாண் பெருங்குள மடைநீர் விட்டெனக்
கால்அணைந்து எதிரிய கணைக்கோட்டு வாளை" (நற்.340:2-4)

"வையை உடைந்த மடை அடைத்தக் கண்ணும்
பின்னும் மலிரும் பிசிர்போல" (பரி.6:82-83)

"நகில்முகடு மெழுகிய அளறு மடைதிறந்து
திகைமுழுது கமழ" (பரி.10:73-74)

நீர்மேலாண்மைக்குப் பயனளிக்கும் மடையை மையமிட்ட மேற்குறிப்பிட்டுள்ள 3 பதிவுகளிலும் ஒரு நிலவியல் அடையாளம் அமைந்திருப்பது கவனத்திற்குரியதாகும். அதாவது, மேற்குறிப்பிட்டுள்ள இரு பரிபாடற் பதிவுகளும் (வையைப் பாடல்கள் எனும் அடிப்படையில்) பாண்டிய நாட்டு அடையாளம் பெறுவனவாகும். அதேபோல் மேற்குறிப்பிட்டுள்ள நற்றிணைப் பாடலும் (பாடலியற்றியோன் 'கடுந்தேர்ச் செழியன்' எனும்

பதிவால்) பாண்டிய நாட்டு அடையாளம் பெறுகின்றது. இம்மூன்று பதிவுகள் தவிர்த்து, எஞ்சிய 19 இடங்களிலும் மடை எனும் சொல் இடம்பெற்றாலும் அவ்விடங்களில் அச்சொல்லானது 'நீர்மேலாண்மை உறுப்பு' எனும் பொருளில் வழங்கி வாராமை கொண்டு நோக்கும்பொழுது, 'மடை' என்பது பாண்டிய நாட்டுக் குரிய நீர்மேலாண்மைக் கலைச்சொல் என ஒருவாறு ஊகிக்க இடமேற்படுகின்றது.

மேலும், கீழடி (பாண்டிய நாடு) அகழ்வாராய்ச்சியில் கிடைக்கப்பெற்றுள்ள பானை ஓடு ஒன்றில் நீர்மேலாண்மையை நிருவகிக்கும் இனப்பெயரைச் சுட்டும்வண்ணம் 'மடைச்சி' எனும் பெயர்க்குறிப்பு இடம்பெற்றுள்ளதனை இதனோடு இணைத்துப் பார்க்க இயலும். இதுகுறித்து,

> அங்கு(கீழடியில்) கிடைத்த பானை ஓடு ஒன்றில் 'மடைச்சி' என்ற பெண்பாற் பெயரொன்று தொல் தமிழெழுத்து வடிவமான 'தமிழி' எழுத்துப்பொறிப்பில் கிடைத்துள்ளது. இவ்வெழுத்துப்பொறிப்புக் கிடைக்கும் முன்புவரை பிற்காலப் பாண்டியர்கள், சோழர்கள் காலக்கட்டத்தில் (அரசுடைமை – நிலவுடைமை) உருவாக்கம் பெற்ற நீர்மேலாண்மைச் சாதியக் குழுவினராக 'மடையர்' இனத்தைக் கருதி வந்தனர். ஆனால், கீழடி அகழ்வாராய்ச்சியில் இச்சொல் கிடைக்கப்பெற்ற எழுத்துவடிவம் 'தமிழி' என்பதால் சங்ககாலத்திற்கும் பெருங்கற்காலத்திற்கும் இடைப்பட்ட காலப்பகுதி வரை (பொ.ஆ.100 – பொ.ஆ.மு.1000) இத்தரவினை எடுத்துச்செல்ல முடிகின்றது. மடைச்சி என்ற சொல் குறித்து ஆய்வாளர் ஏர் மகாராசன் தரும் கருத்துப் பின்வருமாறு:

> கீழடியில் அகழ்ந்தெடுக்கப்பட்ட பானையோடுகளில் பொறிக்கப்பட்ட பெரும் பாலான பெயர்கள் ஆண்பால் பெயர்களைத்தான் குறிக்கின்றன. ஆனால் இதிலிருந்து விலகிய ஒரு பெயர் மடைச்சி என்பது. இது ஒரு பெண்ணின் பெயரைக் குறித்ததாகவும் இருக்கிறது. அதிலும் எளிய குடிமக்களின் பெண்பெயராகவும் இருக்கின்றது. மடைச்சி எனும் பெயர் வேளாண்மையோடு தொடர்புகொண்ட ஒரு பெண்ணின் பெயர். வேளாண்மைக்கு மிக முக்கியமான ஆதாரம் நீர்தான். இந்த நீர் ஆதாரங்கள்தான் கண்மாய்கள், குளங்கள், ஏரிகள், ஊரணிகள், ஆறுகள் போன்றவை. இத்தகைய நீர் ஆதார வளங்களை முறைப்படுத்தியும் பாதுகாத்தும் புனரமைத்தும் வந்தவர்கள்தான் மடையர்கள். நீர் ஆதாரங்களில் உள்ள மடைகளின்வழியே நீர் நிர்வாகத்தைப் புரிகின்றவர்கள் எனும் அடிப்படையில் மடையர்கள் என்று அழைக்கப்பட்டவர்களே நீர்மேலாண்மையைச் செய்து வந்தவர்கள் ஆவார்கள். இத்தகைய நீர்மேலாண்மை எனப்பெறும் மடைத்தொழில்

மரபினரையே மடையர்கள் என்று சமூகம் குறித்து வைத்திருக்கின்றது. அத்தகைய மடையர் என்பதன் பெண்பால் பெயராகத்தான் இந்த மடைச்சி எனும் பெயர் இருக்கிறது என்பது குறிப்பிடத்தக்கது. பழங்காலம் முதற்கொண்டு இக்காலம் வரையிலும் நீர்மேலாண்மை செய்து வருகின்ற வேளாண்குடிகள் மடைச்சி, மடையர், மடையளவக்கார், மடை வேலைக்காரர், நீராணிக்கர், நீராணியம் என்னும் பெயர்களால் அழைக்கப்படுகின்றனர். மேலும், அகழாய்வு நடைபெற்று வரும் நிலப்பகுதியை அவ்வட்டாரப் பெரியவர்கள் பள்ளுச் சந்தைத் திடல் என்றே அழைக்கின்றனர். பள்ளு என்பதும் வேளாண் குடிகளைக் குறிக்கும் சொல்லாகவே அமைந்திருக்கின்றது. அகழாய்வில் புதைபொருட்கள் நிறையக் கிடைத்துக் கொண்டிருப்பதைப் போலவே அவ்வட்டாரப் பெரியவர்களிடமும் வாய்மொழி வழக்காற்றுத் தரவுகள் நிரம்பிக் கிடக்கின்றன (ஆற்றங்கரை நாகரிகமும் மடைச்சி வாழ்ந்த கீழடி நிலமும்:2017).

கீழடி என்ற ஊர் பாண்டிய நாட்டு வைகை ஆற்றுப்படுகையில் அமைந்துள்ளது. பாசனத்திற்கு ஆற்றுநீரை மடைகள் அமைத்துச் சங்ககாலப் பாண்டிய இனக்குழு மக்கள் பயன்படுத்தி வந்தமை இதன்மூலம் தெளிவாகப் புலப்படுகின்றது (2019:100-101)

எனும் க.பாலாஜியின் நூற்குறிப்பு மிக இன்றியமையாத ஒன்றாக இங்கு அமைகின்றது. இராஜசிங்கமங்கலம் பெரிய கண்மாயும் பரப்பளவு மற்றும் மிகுதியான மடைகளின் எண்ணிக்கையால் வரலாற்றில் தனித்து நிற்கின்றமை இங்குச் சுட்டப்பெற வேண்டிய ஒன்றாகும். “நாரை பறக்காத நாற்பத்தெட்டு மடைக் கண்மாய்” என்று இக்கண்மாயில் 48 மடைகள் இருப்பதாகத் தமிழகத்தில் பலர் எழுதியும் பேசியும் வருகின்றனர். இது மாறுபட்ட பதிவாகும். உண்மையில், “நாரை பறக்காத நாற்பத்தெட்டுக் குறிச்சி” என்பதே இப்பகுதி மக்களின் வழக்காறாக உள்ளது. நாரை ஒரே மூச்சில் கடந்துசெல்ல இயலாத தொலைவு(சற்றேறக்குறைய 20கி.மீ. தொலைவு) உடையது இக்கண்மாய் என்பது இதன் பொருள். குறிச்சி என்பது ஊரினைக் குறிக்கும். இக்கண்மாயில் 48 மடைகள் இல்லை; 20 மடைகளே உள்ளன. [தகவல்: கே.எஸ்.பூபாலன்(65), பனிக்கோட்டை]

இராஜசிங்கமங்கலம் ஊராட்சி ஒன்றியத்துக்கு உட்பட்ட ஊர்களுள் மடை எனும் பெயரில் முடிவனவாகப் பின்வரும் 9 ஊர்கள் இடம்பெற்றுள்ளன.

இராமநாதமடை	புல்லமடை
கழிச்சிக்கட்டிமடை	மேலமடை
கீழமடை	ரெகுநாதமடை
சூரமடை	வல்லமடை
செங்கமடை	

இவைதவிர, இராஜசிங்கமங்கலம் பேரூராட்சிக்கு உட்பட்ட எல்லைக்குள் 'பெருமாள்மடை' எனும் ஊரும் 'செட்டியமடை' எனும் ஊரும் உள்ளன.

மிகப்பெரிய மடைவாயைக் கொண்ட நீர்நிலையுடைய ஊர் எனும் பொருளில் 'பெரு மாமடை' என வழங்கப்பெற்ற இவ்வூர்ப்பெயரானது காலப்போக்கில் திரிந்து சமயச்சார்புடன் 'பெருமாள்மடை' என வழங்கி வந்திருக்கலாம். வைணவக் கடவுளான பெருமாளுக்கும் எங்கள் ஊருக்கும் எவ்விதமான தொடர்பும் இல்லை. எங்கள் ஊரில் இருப்பதெல்லாம் மாரியம்மன், அய்யனார், கருப்பர் கோயில்கள் தான். [தகவல் - ம.முருகேசன்[38], பெருமாள்மடை].

"பெருமாள்குடும்பன் எனும் குடியானவரின் பெயரால் உரு வானதே பெருமாள்மடை எனும் ஊர்ப்பெயர்" [தகவல் - துரை. தவமணி [63], மேனாள் கிராமத் தலைவர், பெருமாள்மடை].

ஆனால், 'பெருமாள்த்தேவர்' பெயரால் இவ்வூர்ப்பெயர் உருவானதாக எஸ்.எம்.கமால் தனது 'சேதுபதி மன்னர் கல்வெட்டுகள்' எனும் நூலில்(2002:203) குறிப்பிட்டுள்ளாரே? எனும் வினாவுக்கு அளித்த பதில் பின்வருமாறு:

"முற்றிலும் உண்மைக்குப் புறம்பான தகவல் அது. இவ்வூர்ச் சுற்றுவட்டாரத்தில் எவரைக் கேட்டாலும் பெருமாள்குடும்பன் பற்றிச் சொல்வார்கள். தேவர் சமூகத்துக்கும் எங்கள் ஊருக்கும் எந்தத் தொடர்பும் இல்லை. எங்கள் ஊரில் இருப்பவர்கள் எல்லோரும் பள்ளர் சமூகத்தினர்தான்."

பள்ளர் உள்ளிட்ட இன்றைய பட்டியல் இனத்தவருள் 'குடும்பன்' எனும் சாதிப்பெயரும் அடக்கம். இராஜசிங்கமங்கலம் ஊராட்சி ஒன்றியத்தில் கருப்பக்குடும்பன் பச்சேரி எனும் ஓர்

ஊர்ப்பெயரும், அழகர்தேவன்கோட்டை எனும் ஓர் ஊர்ப்பெயரும் அமைந்துள்ளமை இவ்விடம் கருதத்தக்கது. எஸ்.எம்.கமால், தான் குறிப்பிட்டுள்ள 'பெருமாள்த்தேவர் மடை' என்பதற்கு எவ்வித ஆதாரத்தையும் சுட்டாமல் (போகிற போக்கில்) வெறுமனே செய்தியாகச் சுட்டிச் சென்றுள்ளார் என்பதையும் எண்ணிப்பார்க்க வேண்டியுள்ளது.

அதேபோல், செட்டியார்மடை என வழங்கப்பெற்றதே மருவிச் செட்டியமடை என வழங்கப்பெறுகின்றது. எண்ணெய் வாணிகம் செய்வோர் இப்பகுதியில் செல்வாக்குப் பெற்றுத் திகழ்ந்துள்ளனர்.

இராஜசிங்கமங்கலம் ஊராட்சி ஒன்றியத்துக்கு உட்பட்ட (மேற் குறிப்பிடப்பெற்றுள்ள) மடை எனும் பெயர்களுள் ரெகுநாதமடை, இராமநாதமடை ஆகிய இரு பெயர்கள் வரலாற்று நிலையில் தனித்துவம் பெறுகின்றன.

இராமநாதபுரம் மாவட்டத்திலுள்ள ஆன்மிகத் தலங்களுள் ஒன்று இராமேஸ்வரம் ஆகும். தென்னிந்திய மக்கள் காசிக்குச் செல்வது போன்று வடஇந்திய மக்கள் இந்தியாவின் தென் பகுதியிலுள்ள இராமேஸ்வரத்திற்கு வந்து, இங்குள்ள கடற் கரையில் நீராடி(தீர்த்தமாடிச்) செல்வது வழக்கமான ஒன்று. இராமேஸ்வரத்திலுள்ள சிவன்கோயிலின் மூலவர் இராமநாத சுவாமி. இந்த மூலவர் பெயருக்கும் இராஜசிங்கமங்கலம் பகுதி யிலுள்ள இராமநாதமடை எனும் ஊர்ப்பெயர் இடுகைக்கும் உள்ள தொடர்புநிலையானது குறிப்பிடத்தக்க வரலாற்று நிகழ்வாகும்.

> **கிழவன் சேதுபதி எனும் ரகுநாத தேவர் இராசசிங்க மங்கலம் என்னும் இராசசிங்க மங்கலத்தில் சிலுகவயல் என்னும் பகுதியை இராமேசுவரம் இராமநாதசுவாமிக்குக் கொடையாக அளித்தார். இராசசிங்கமங்கலம் குளப்பாசனத்தில் வடக்கு எல்லை புல்லமடை, மேற்கு எல்லை குளம், கிழக்கு எல்லை நாலுமடை இவற்றிற்குட்பட்ட நிலம் எவ்வளவு உண்டோ அவ்வளவையும் அளித்தார். இக்கொடைநிலத்திற்கு நீர் பாயும் மடைகளுக்கு 'இராமநாதமடை' என்று பெயர் வைத்திருப்பது சிறப்புக்குரியதாகும்** (1994:177-178)

எனச் செப்பேட்டு ஆதாரம் கொண்டு பதிவிட்டுள்ளார் செ.இராசு. சேதுபதியினர் வழங்கிய செப்பேடுகளைக் கண்டறிந்து தொகுத்த எஸ்.எம்.கமால் "சேதுபதி மன்னர் செப்பேடுகள்" எனும் பெயரில் (1992இல்) தனிநூலாகப் பதிப்பித்து வெளியிட்டுள்ளார்.

அவர்தம் நூலில் (அச்செப்பேட்டில்) இடம்பெறும் இராமநாதமடை பற்றிய செய்திப்பகுதி வருமாறு:

"...ரகுநாத தே
வர் ராமநாத சுவாமிக்கு
இராசிங்க மங்கலத்தில் சிலுக வயலுக்கு வடக்கு புல்லமடைக்குத் தெர்
கு மேற்கு எல்லை குளத்துக்கு கிழக்கு கிழக்கெல்லை நாலுமடைக்கும்
எவ்வளவு
நிலமுண்டோ அவ்வளவு நிலம் இராமநாத மடைக்கு உண்டானது அதுக்குப்ப
ள்வரி பலவரி செம்புவரி களஞ்சிய வரி வண்டிக்கிடாக் கோட்டிய எ
ருது எதுவரிப் பிறந்ததோ அந்த வரிஎல்லாம் ஒன்றுந் தேவையில்லை என்று..."
(1992:309)

இச்செப்பேட்டுவழிச் செய்தியால் இராமநாதமடை எனும் இவ்வூர்ப் பெயர்க்கான காரணத்தினை அறிய முடிகின்றது. மேலும், இச்செப்பேட்டின் காலம் 2.1.1688 என்று குறிப்பிடப் பெற்றுள்ளது. இச்செப்பேட்டினை வழங்கிய மன்னரின் பெயர் ரகுநாத சேதுபதி எனும் கிழவன் சேதுபதி ஆகும். மேலும், சேதுபதி பரம்பரையினருள் ஆதிரகுநாத சேதுபதி, அதன ரகுநாத சேதுபதி, ஜெயதுங்க ரகுநாத சேதுபதி, விசைய ரகுநாத சேதுபதி, சுந்தரேசுவர ரகுநாத சேதுபதி, அதிவீர ரகுநாத சேதுபதி, முத்துக்குமார ரகுநாத சேதுபதி, செல்லமுத்து விஜய ரகுநாத சேதுபதி, வரகுண ரகுநாத சேதுபதி, காங்கேய ரகுநாத சேதுபதி என்றவாறாக 'ரகுநாத' அடையாளம் கொண்ட சேதுபதி மன்னர்தம் அடையாளப் பெயர்கள் பல உள்ளன.

கி.பி.1710-ஆம்(ஆண்டு) வரை ஆட்சி செய்த விஜயரகுநாத சேதுபதி இங்கு(இராஜசிங்கமங்கலம் பகுதி) ஒரு கோட்டையும் அமைத்தார்... இந்த சேதுபதியின் பெயரால் 'ரகுநாதமடை' என்ற ஒரு மடைவாய் ராஜசிங்கமங்கலம் கண்மாயில் உள்ளது (1984:30,31)

என்பர் எஸ்.எம்.கமால் & நா.முகம்மது செரீபு.

எனவே, விஜய ரகுநாத சேதுபதி மன்னரது கொடை அடையாளத்தை முன்னிறுத்தியே 'ரகுநாதமடை' எனும் நீர் நிலைப்பெயர் உருவாக்கம் அமைந்து, அம்மடையிலிருந்து பாசன வசதி பெறும் குடியிருப்புக்கும் அப்பெயரே வழங்கப்பெற்று வந்துள்ளது என்பதனை அறிய முடிகின்றது.

ரகுநாதமடை எனும் அப்பெயர் காலப்போக்கில் மருவி ரெகுநாதமடையாகி ஆவணங்களில் அவ்வாறே பதிவாகி உள்ளது. [இன்று இப்பெயரானது அப்பகுதி மக்களால் 'ரெகுநாதமடை' என்று எழுத்துவழக்கிலும் 'நெகுநாமடை' என்று பேச்சுவழக்கிலும் வழங்கப்பெற்று வருகின்றது] (தகவல் - செ.முனியாண்டி [71], ரெகுநாதமடை).

இன்றைய சிவகங்கை மாவட்டத்திலும் 'ரெகுநாதமடை' எனும் பெயரில் ஓர் ஊர்ப்பெயர் வழங்கி வருகின்றமையும் இங்குச் சுட்டத்தக்கது.

ஈ) ஊருணி எனும் பெயரில் அமைந்தவை (3)

ஊருணி - அழகுதமிழ்க் காரணப் பெயர்ச்சொல்லாகும். ஊரார் உண்பதற்குப் பயன்படும் நீர்நிலை. சங்க இலக்கியங்களில் இச்சொல் காணப்பெறவில்லையாயினும் உண்கயம் (கலி.13:7), உண்துறை (நற்.310:3; அகம்.269:19, கலி.78:3) என்பன போன்ற பதிவுகள் ஊரார் உண்ணும் நீர்த்துறையைக் குறிப்பனவே!

திருக்குறளில் 'ஊருணி' எனும் சொல் வெளிப்படையாகவே பதிவு செய்யப்பெற்றுள்ளதன்வழி இச்சொல்வழக்கின் தொன்மையை அறியலாம்.

ஊருணி நீர்நிறைந் தற்றே உலகவாம்

பேரறி வாளன் திரு (குறள்.215)

எனும் குறளில் இடம்பெற்றுள்ள ஊருணி எனும் சொல்லுக்குத் திருக்குறள் உரையாசிரியருள் ஒருவரான பரிமேலழகர் 'ஊரின் வாழ்வார் தண்ணீர் உண்ணும் குளம்' என்று பொருள் தந்துள்ளார். இக்குறளில் இடம்பெற்றுள்ள 'ஊருணி' எனும் சொல்லுக்கு,

ஊர் உண்கின்ற கேணி – மணக்குடவர், பரிப்பெருமாள்

வான்ஏரி – பரிதியார்

ஊரணியாகப் பேரேரி, பெருங்குளம் – காளிங்கர்

ஊரார் நீருண்ணும் குளம் – மு.வரதராசனார்

ஊர்வாழ்நரின் குடிநீர்க்குளம் – தேவநேயப் பாவாணர்

நீர்நிறைந்த ஊருணி – வ.உ.சிதம்பரனார், புலியூர்க்கேசிகன்

ஊர்மக்கள் அனைவருக்கும் பயன்தரும் நீர்நிறைந்த ஊருணி – கலைஞர்

என்பனவாக உரையாசிரியர்கள் (கேணி, வானேரி, பேரேரி, பெருங்குளம், குளம், குடிநீர்க்குளம், ஊருணி... என்று) பலவாறாகப் பொருள் குறித்துச் சென்றுள்ளனர்.

> உண்பதற்குரிய நீர் நிறைந்த குளம் ஊருணி எனப்படும். ஊரார் உண்ணும் நீரையுடையதாதலால் ஊருணி என்னும் பெயர் அதற்கு அமைந்ததென்பர். [ஊரணி என்பது ஊருணியின் திரிபாகும். "ஊருணி நீர்நிறைந் தற்றே" என்னும் திருக்குறளால் அச்சொல்லின் பழமை விளங்கும். ஊருக்கு அணித்தாக உள்ள நீர்நிலை ஊரணி எனப்படும் என்றும் கூறுவர்] (2005:27&48)

என்பார் ரா.பி.சேதுப்பிள்ளை.

ஆக, முற்காலத்தில் ஏரி, கண்மாய், குளம், ஊருணி உள்ளிட்ட நீர்நிலைகள் 'குளம்' எனும் பொதுச்சொல்லால் குறிக்கப்பெற்றுள்ளமையை இதன்வழி அறிய இயலுகிறது. இராஜசிங்கமங்கலம் பெரிய ஏரியானது மூன்றாம் இராசசிம்மன் காலத்துச் சின்னமனூர்ச் செப்பேட்டில் "இராஜசிங்கப் பெருங் குளம்" என்றே குறிப்பிடப்பெற்றுள்ளமை இக்கருதுதலுக்கு வலுச் சேர்க்கும். எனினும்,

> "கோலமே பெருகுகின்ற கொழுந்துநீ ரோட்ட மென்ப
> கோலிய கிணறு கூபங்கூவலே யசும்புங் கூறும்
> மேலிடா வஃகி யூறும் வெம்புனலு றவியூற்றாம்
> ஓலமிட் டூரிலுள்ளா ருண்ப தூரணி யென்றோதும்"

(சூடாமணி நிகண்டு, இடப்பெயர்த் தொகுதி – 27)

> "ஊருணி ஊருளோ ருண்ணீ ராமே"

(பிங்கல நிகண்டு, வகை 4 – அவனி வகை – 165)

எனும் நிகண்டுக் குறிப்புகள் ஊருணி எனும் இந்நீர்நிலையைத் தனித்து அடையாளப்படுத்துவது இங்குக் குறிப்பிடத்தக்கதாகும். எனவே, முன்னோர் காரணப் பெயரிட்டு அழைத்த 'ஊருணி' எனும் நீர்நிலைப்பெயரை அச்சொல்லால் இட்டு வழங்குதலே பொருத்தமுடையதாகும். இவ்வாறு வழங்குதலே ஒரு மொழியின் சொற்களஞ்சியப் பெருக்கத்துக்கும் துணைசெய்வதாக அமையும். இந்நிலை நின்றுதான் ஊர்ப்பெயர் இடுகையின்போதும் அச்சொல்லைக் கையாண்டுள்ளனர் பழந்தமிழ்க் குடியினர். சிவகங்கை மாவட்டத்தில் 'ஊரணி' என முடியும் நிலையில்

18 ஊர்ப்பெயர்கள் அமைந்துள்ளமையை அடையாளப்படுத்தி யுள்ளார் க.பாலாஜி (2013:95,96).

இராஜசிங்கமங்கலம் வட்டாரத்தில் 3 ஊர்கள் ஊரணி எனும் பின்னொட்டுக் கொண்டு விளங்குகின்றன.

மயிலூரணி

கொக்கூரணி

ரெட்டையூரணி

இம்மூன்று ஊருணிகளின் முன்னொட்டுப் பெயர்களாக அமையும் மயில், கொக்கு, இரட்டை என்பன சூழலியல் சார்ந்த காரணப்பெயர்களை முன்னோர் வழங்கியுள்ளமையைப் புலப்படுத்தி நிற்கின்றன. ஊருணி என்பது பேச்சுவழக்கில் ஊரணி என்றே வழங்கப்பெறுகின்றது. இம்மூன்று ஊர்களிலும் குடிநீர்த் தேவைக்காக உருவாக்கப்பெற்ற ஊருணி உள்ளமையைக் களஆய்வின்போது கண்டறிய முடிந்தது. பல ஆண்டுகளாகப் பருகுவதற்கும் உணவு சமைப்பதற்கும் பயன்படுத்தப் பெற்ற இவ்வூருணிநீரானது தற்போது பருகுவதற்கும் உணவு சமைப் பதற்கும் பயன்படுத்தப் பெறுவதில்லை. இராமநாதபுரம் மாவட்ட மக்களின் குடிநீர்ப் பற்றாக்குறையைப் போக்கும் வண்ணம் தமிழக அரசால் (2009இல்) காவிரியாற்றிலிருந்து நடைமுறைப் படுத்தப்பெற்ற ‘இராமநாதபுரம் கூட்டுக் குடிநீர்த் திட்டம்’ செயல்பாட்டுக்கு வந்தபின்னர்ப் புழங்குவதற்கு மட்டுமே இவ்வூருணித் தண்ணீரைப் பயன்படுத்தி வருவதாகத் தகவல் அறிய முடிந்தது [தகவல்: கா.கருப்பன் (72), மயிலூரணி]. குடிப்பதற்குப் பயன்படுத்தவில்லையென்றாலும் தூய்மை பே ணுதலில் இவ்வூருணிக்கு வகுக்கப் பெற்றிருந்த முந்தைய விதிமுறைகள் தொடர்ந்து பேணப்பட்டு வருவதாகக் குறிப் பிட்டதனை நேரில் காணும்போது, அம்மக்கள் நீர் மேலாண்மை பற்றிக் கொண்டிருந்த விழுமியத்தை உணர முடிந்தது. அவ் வகையில், குடிநீர் மேலாண்மைக்காக அவ்வூர் மக்கள் வகுத்துள்ள பாதுகாப்பு நெறிமுறைகள், விதிமுறைகள் பின்வருமாறு:

i) ஊரணிக்கரையில் மலம், சிறுநீர் கழித்தல் கூடாது.

ii) ஆடுமாடுகளைக் குளிப்பாட்டக் கூடாது.

iii) கரைகளில் குப்பை, சாம்பல் கொட்டக்கூடாது.

iv) ஊரணி நீருக்குள் இறங்கிக் கைகால் சுத்தம் செய்யக்கூடாது.

v) ஊரணிக்குள் மண் அள்ளக்கூடாது.

மேற்கண்ட விதிமுறைகள் பருவகாலங்களில் ஊருணி நிறைந்ததும் 'ஊர் ஓடும்பிள்ளை (செய்தி அறிவிப்பாளர்)' மூலமாக வீடுவீடாகச் சென்று அறிவிக்கப்படுகின்றன. இவ்விதிமுறைகளை மீறி யாரேனும் செயல்பட்டால் அவரைப் பற்றி ஊர்த்தலைவரின் கவனத்திற்குக் கொண்டு சென்று, ஊர்க்கூட்டம் நிகழ்த்தி எச்சரிக்கை செய்து, சிறு அபராதத் தொகை(தண்டத்தொகை) வசூலிக்கப்படும் எனும் நடைமுறை இருப்பதனையும் களஆய்வின்போது கேட்டறிய முடிந்தது.

மேலும், பெரும்பாலான ஊர்களில் இத்தகைய குடிநீர் ஊருணிகளின் கரையில் சிறிய கோயில்கள், பீடங்கள் இருப்ப தனைக் காண முடிகின்றது. 'நீர்நிலைக்குக் கேடு விளைவித்தால் தெய்வம் தண்டிக்கும்' எனும் அச்சவுணர்வு தனிமனிதர் ஒவ் வொருவருக்கும் ஏற்படல் வேண்டும் எனும் சமூக உளவியல் நிலைப்பாடே நீர்நிலைக் கரைகளில் இத்தகைய கோயில்கள் உருவாக்கம் பெற்றதற்கான காரணம் எனலாம். "*தாயைக் கழிச்சாலும் தண்ணியக் கழிக்கலாமா?*" எனும் முதுமொழியானது இப்பகுதியினரிடையே இன்றும் வழக்கத்தில் உள்ளது என்பதும் அம்முதுமொழி சுட்டக்கூடிய '*தண்ணி*' என்பது குடிநீருக்குப் பயன்படுத்தும் நீர் என்பதும் இவ்விடம் சுட்டத்தக்கதாகும்.

உ) ஏரி எனும் பெயரில் அமைந்தவை (2)

ஏரி எனும் சொல்லும் பழஞ்சொல்லே! "இருகாமத்து இணை ஏரி" *(பட்டினப்.39)* என்று இணைந்த இரு நீர்நிலையைக் குறிக்கும்வண்ணம் இச்சொல் சங்க இலக்கியத்தில் பயன்படுத்தப் பெற்றுள்ளமை குறிப்பிடத்தக்கது. ஏரி எனும் சொல்வழக்குத் தென்மாவட்டங்களில் மிகக் குறைவு; கண்மாய் என்பதே பெருவழக்கு. அவ்வகையில்,

அலியாக்கோனேரி

சூச்சகனேரி

எனும் இருபெயர்கள் இராஜசிங்கமங்கலம் ஊராட்சி ஒன்றியத்துள் ஏரி எனும் பின்னொட்டுக் கொண்டு அமைந்துள்ளன. அலியாக்கோன், சூச்சகன் எனும் இருசொற்களும் தனிநபர் பெயரை மையமிட்டவை. Alphabetical list of Villages in the Taluks and Districts of the Madras Presidency *(1933:527)* எனும் ஆவணத் தொகுப்பில் அலியாக்கோனேரி எனும் ஊரானது, *(திருவாடானை தாலுகா எனும் பகுப்பின்கீழ்)* aliyakkoneri - அளியாக்கோனேரி எனக் குறிக்கப்பெற்றுள்ளது. ‘அழியாக் கோன்’ எனும் பெயரே மருவி ‘அலியாக்கோன்’, ‘அளியாக்கோன்’ என வழங்கப்பெற்றிருத்தல் வேண்டும். இப்பகுதியில் ‘அழியாதான் மொழி’ எனும் பெயரில் இரு ஊர்கள் (கள்ளிக்குடி ஊராட்சி, காவனக்கோட்டை ஊராட்சி) அமைந்துள்ளமை இக்கருதுதலுக்கு வலுச் சேர்க்கின்றது. அவ்வகையில், ஆளுமை மிக்க ஒரு தலைவனை/அரசனை மையமிட்டே இவ்வூர்ப்பெயர் அமைந்துள்ளது எனக் கருதலாம்.

> **ஏர்த்தொழிலாகிய பயிர்த்தொழிலுக்குப் பயன்படும் தண்ணீரைத் தேக்கி வைக்கும் நிலையம் ஏரி எனப்படும். இத்தகைய ஏரியின் மருங்கே எழுந்த ஊர்கள் தமிழ்நாட்டில் பலவாகும். சில ஏரிகள் பண்டையரசர் பெயரால் இன்றும் அழைக்கப்படுகின்றன (2005:22)**

எனும் ரா.பி.சேதுப்பிள்ளையின் குறிப்பானது மேற்குறித்த கருத்தாக்கத்துக்கு வலுச் சேர்க்கின்றது. வரலாற்றில், திருச்சுழி - திருமேனிநாத சுவாமி கோயிலுக்காக இராமநாதபுரம் சேதுபதி மன்னர்களால் தானம் வழங்கப்பட்ட ஊர்களின் பட்டியலில் சூச்சனேரி*(ப.119)*, சூச்சநேரி*(ப.173)* எனும் இருவிதப் பெயர்களை இராமநாதபுரம் சமஸ்தான ஆவணங்களின் அடிப்படையில் பட்டியலிட்டுள்ளார் எஸ்.எம்.கமால்*(2003)*. இப்பெயரும் தனி மனிதரையே மையமிட்டு அமைந்துள்ளது. எனினும் இப்பெயர் குறிப்பிடும் நபர் எவரென்பதைக் களஆய்வின்போதும், ஆவணப் பதிவுகளின் வழியும் அறியுமாறில்லை. சிவகங்கை மாவட்டத்தில் சூச்சனாங்குடி எனும் பெயரில் ஓர் ஊர் அமைந்திருப்பதும் இவ்விடம் கருதத்தக்கது.

ஊ) கரை எனும் பெயரில் அமைந்தவை (7)

ஏந்தல்கரை	தூக்கினாங்கரை
ஓடக்கரை	புறகரை

கண்மாய்க்கரைக் குடியிருப்பு   மேலக்கரை

குறிச்சினாங்கரை

தென்மாவட்ட நீர்நிலைகளுள் முதன்மையான இடம் வகிக்கும் கண்மாயை அடியொற்றி உருவாக்கம் பெற்றவையே 'கரை' எனும் சொல் கொண்டு முடியும் ஊர்ப்பெயர்களாகும். இவ்வூர்களனைத்திலும் கண்மாய்க்கரையின் புறத்தே (குறிப்பாக, கண்மாய் வடகரையின் புறத்தே) குடியிருப்புகள் அமைந்திருப்பதனைக் களஆய்வின்போது காண முடிந்தது.

எ) ஓடை எனும் பெயரில் அமைந்தவை (2)

ஓடைக்கால்

ஓடக்கரை (ஓடைக்கரை)

எனும் இரு ஊர்ப்பெயர்கள் 'ஓடை' எனும் அடையாளத்துடன் திகழ்கின்றன.

இயற்கையான நீரோட்டத்திற்கு ஓடை என்பது பெயர் (2005:21)

என்பார் ரா.பி.சேதுப்பிள்ளை.

ஆற்றுநீரைத் தவிர மழைநீரைக் கொண்டு வருகிற கால் 'ஓடை' எனப்பட்டது (1992:49)

என்பார் எஸ்.எம்.கமால். ஆக, மேட்டுநிலப் பகுதியில் விழும் மழைநீரானது வீணாகிவிடாமல், அவற்றை ஆறுகளில், கண்மாய்களில், குளங்களில் (இயற்கையாகக்) கொண்டு சேர்க்கும் பணியை இந்த ஓடையானது மேற்கொள்கின்றது எனலாம். நீரோடை எனும் சொல்வழக்கும் இதனையே குறிப்பிடுகின்றது.

நீர்நிலையோடு தொடர்புடைய (கவனம் ஈர்க்கும்) பிற பெயர்கள்

ஆத்தூர் (கள்ளிக்குடி ஊராட்சி)

ஆழிகுடி (அ.மணக்குடி ஊராட்சி)

கடலூர் (கடலூர் ஊராட்சி)

குமிழியேந்தல் (ஏ.ஆர்.மங்கலம் ஊராட்சி)

ஆத்தூர் - ஆற்று ஊர் என்பதன் திரிபே இப்பெயர்.

ஆழிகுடி, கடலூர் எனும் பெயர்கள் கடலோர ஊரகப்பகுதியின் பெயர்களாகும். ஆழி - கடல். கடல்சூழ்ந்த குடி ஆழிகுடி.

குமிழி + ஏந்தல் = குமிழியேந்தல். குமிழி, ஏந்தல் எனும் இவ்விரு பெயர்களுள் ஏந்தல் எனும் பெயர் பொதுப்பெயராகும். அதாவது, கண்மாய், ஏரி உள்ளிட்டவற்றிலிருந்து பாசனத்திற்காக வெளியேறும் நீரை ஏந்திப் பிற பகுதிகளுக்குத் தேவைக்கேற்ப வழங்கும் நீர்நிலையே ஏந்தல். (இப்பெயர்கொண்டு 29 ஊர்கள் இராஜசிங்க மங்கலம் ஊராட்சி ஒன்றியத்துள் திகழ்கின்றமை பற்றி முன்னர் விளக்கப் பெற்றுள்ளது.) குமிழி என்பது சிறப்புப் பெயராகும். அதாவது, கண்மாய், ஏரி உள்ளிட்டவற்றிலிருந்து நீரை வெளியேற்றப் பயன்படும் மேலாண்மை உறுப்புகளுள் ஒன்று குமிழி என்பதாகும்.

> **குமிழி என்பது குளங்களிலிருந்து தண்ணீர் வெளியேற, கல்லால் ஆன பெட்டியொன்றை அமைத்து அதில் துளையிட்டு அதன் வழியே தண்ணீர் புகுந்து வெளிவரும் அமைப்பு. மரத்தாலான சக்கையால் குமிழியின் வாயை அடைப்பார்கள் (2013:91)**

என இதன் அமைப்பு மற்றும் செயல்நிலையைக் குறிப்பிட்டுள்ளார் பழ.கோமதிநாயகம்.

> **மதகுகள் நீரை வெளியேற்றும் வேலையைச் செய்யும். குமிழிகள் நீரை வெளியேற்றுவதோடு ஏரி, குளம், கண்மாய்களுக்குள் வாய்க்கால்களில் வந்துவிழும் வண்டலையும் அகற்றிவிடும்...**
>
> **பாசனக் கால்வாய்களுக்கு தண்ணீரைத் திறந்துவிடும் பண்டைய தமிழ்ப்பொறி "குமிழி" ஆகும். குமிழிகள் ஏரிக்கரையில் மதகுகளைப் போல அமைக்கப்படுவதில்லை. ஏரிக்கரையிலிருந்து 200-300 அடிகள் தள்ளி ஏரிக்குள்ளே அமைக்கப்படுவது குமிழி. இன்னும் உள்ளே இருந்தாலும் வியப்பில்லை. ஏரியின் அமைப்பைப் பொறுத்தது இந்த இடைவெளி...**
>
> **பண்டைய தமிழகத்தில் இந்த வண்டல், சேறு என்பன வயலுக்கு உரமாகவும் பயன்பட்டன. குமிழிகள் மதகாகவும் சேறோட்டும் பொறியாகவும் பயன் பட்டன. ஆனால், மேலைநாட்டு மதகுகளில் மதிமயங்கிப் போனதால் குமிழிகளை ஒழித்துக்கட்டி, புதுமை என்ற பெயரில் ஏரிகளிலும் மதகுகளை வைத்துக்கொண்டோம் (குமிழி - தமிழர்களின் தானிப்பொறியியல் எங்கே? - www.pannaiyar.com)**

என்றவாறாகக் குமிழியின் தொழிற்பாங்கு, அதன் அமைவிடம், பழங்காலத்தில் அதன் பயன்படு பாங்கு, தற்போதைய பயன்பாட்டுநிலை ஆகியன பற்றி எடுத்துரைத்துள்ளார் நாக. இளங்கோவன்.

பண்டைத்தமிழர்தம் இத்தகைய குமிழித் தொழில்நுட்பம் பொருந்திய பாசன நீர்நிலை கொண்ட ஊர் எனும் அடையாளத்துடன் உருவாக்கம் பெற்ற பெயரே குமிழியேந்தல் என்பதாகும். தற்போது இவ்வூர்ப்பெயரானது பேச்சுவழக்கில் குமிழேந்தல் என்றே வழங்கப் பெறுகின்றது.

குமிழிக்கல் பின்வரும் அமைப்பில் அமைந்துள்ளது. சான்று:

ஆக, பழங்காலம் முதற்கொண்டு ஆறு, குளம், கண்மாய், ஏரி, ஊருணி, ஓடை உள்ளிட்ட நீர்நிலைகளை அவ்வப் பகுதிவாழ்மக்கள் தம் தேவைக்காகப் பயன்படுத்தியதுடன், அந்நீர்நிலைகளை ஒட்டியே தம் குடியிருப்புகளை அமைத்துள்ளமையையும் அந்நீர் நிலைப் பெயர்களை அடியொற்றித் தம் குடியிருப்புகளுக்கான அடையாளப்பெயர் இட்டுள்ளமையையும் கண்டு, கேட்டு, அறிந்துணரும்போது தமிழர்தம் பண்பாட்டு அடையாளத்துடனான வாழ்வியல் ஒழுங்குமுறைமையைத் தனித்து வெளிப்படுத்த இயலுகின்றது.

தமிழர்தம் இத்தகைய பண்பாட்டு அடையாளம்சார் வாழ்வியலின் ஒரு பகுதியே (எச்சமே) இராஜசிங்கமங்கலம் ஒன்றிய நிலப்பரப்பினுள் இடம்பெற்றுள்ள நீர்நிலைப்பெயர் தாங்கிய ஊர்ப்பெயர்கள் எனலாம்.

குடியிருப்புப் பெயர்களும் குடி, மண், தொழில் அடையாளங்களும்

எந்நிலமாயினும் அந்நிலத்தில் வாழ்ந்த மனித சமூகம் ஆதிகாலத்தில் வாழ்ந்த நாடோடி வாழ்க்கை முறையிலேயே காலங் கடத்தியிருக்க முடியாது. தம் சிந்தனையின் தொடர்ச்சியாக, இருப்பினை நிலைநிறுத்துதற்கேற்ற சூழல் அமைந்த ஓரிடத்தில் இருப்பிடம் அமைத்து வாழ முற்பட்டிருக்க வேண்டும். இவ்வாறான சூழலில் நிலைத்து ஓரிடத்துத் தங்கி வாழ உருவாக்கப்பெற்ற குடியிருப்புகள் ஏதேனும் ஓர் அடையாளத்தைச் சார்ந்தே அமையும் தன்மையுடையன. ஓர் இனக்குழுவில் உள்ள குடிகளில் தலைமை வகிக்கும் ஆடவர் வேட்டையாடச் செல்லினும் அவர்நீங்கிய ஏனையோர் பாதுகாப்பாக இருப்பதற்குக் குடியிருப்பு எனும் அமைப்பு இன்றியமையாத ஒன்றாகி விடுகின்றது. அத்தகு குடியிருப்புகள் அவ்விடத்தில் அமையும் வாழிடச் சூழல்களான நிலத்து இயல்பு, இயற்கை வளம்/வளமின்மை, மண்ணின் தன்மை, நீர்ப்பாங்கு, அக்குழுவினர் பேசும் மொழியியல்பு, அக்குழுவில் தலைமை வகித்த முன்னோர் பெயர் என்பன போன்றவற்றால் அடையாளப்படுத்தப் பெறும். இதுவே எதார்த்த நிலை.

குடி, குடியிருப்புகள் தொடர்பானவை

பொதுநிலையில் மொழி அடையாளம் சார்ந்து, இன(குலம், சாதி) அடையாளம் சார்ந்து, உறவுமுறை அடையாளம் சார்ந்து ஒரு குழுவினர் சேர்ந்து வாழும் நிலப்பரப்பினைக் குடி அல்லது குடியிருப்பு எனலாம். சங்கப்பாடல்களில் குறிஞ்சி நிலத்துக் குடியிருப்புகளைக் குறிக்கச் சிறுகுடி எனும் சொல்லைப் பயன் படுத்தியுள்ளனர் பழந்தமிழ்ப் புலவர்கள். தவிர, மன்னர்/

நிலமக்களது தொன்மையைத் தனித்து அடையாளப் படுத்தும் வண்ணம் தொல்குடி, முதுகுடி முதலான சொற்களையும் புலவர்கள் தம் பாடல்களில் கையாண்டுள்ளதனைச் சங்கப் பாடல்களில் காண முடிகின்றது. இதன்வழி இச்சொல்லின் தொன்மையையும் தூய்மையையும் விளங்கிக்கொள்ள முடிகின்றது.

> குடி என்னும் சொல் ஊர்ப்பெயர்களில் அமைந்து குடியிருப்பை உணர்த்துவதாகும். உறவுமுறையுடைய பல குடும்பத்தார் ஒரு குடியினராகக் கருதப்படுவர். இத்தகைய குடியினர் சேர்ந்து வாழுமிடம குடியிருப்பு என்றும் குடி என்றும் சொல்லப்படும் (2005:63)

என்பார் ரா.பி.சேதுப்பிள்ளை. அவ்வகையில், இராஜசிங்க மங்கலம் ஊராட்சி ஒன்றியத்துள் அமைந்துள்ள குடி, குடியிருப்பு எனும் அடையாளம் கொண்ட ஊர்ப்பெயர்கள் பின்வருமாறு:

குடி, குடியிருப்பு – 47 (40+7)

அ.மணக்குடி	கற்காத்தக்குடி
ஆதிமுத்தன்குடியிருப்பு	கன்னுகுடி
ஆய்ங்குடி	கானாட்டாங்குடி
ஆழிகுடி	கிழக்குக் குடியிருப்பு
உகந்தான்குடி	கீழக்கற்காத்தகுடி
ஊரணங்குடி	கைக்குடி
ஊரணங்குடி(தெற்கு)	கொசக்குடி
கண்மாய்க்கரைக் குடியிருப்பு	கொட்டகுடி
கப்பகுடி	கொண்ணக்குடி
கருங்குடி	சிறுகுடி
கருங்குடி	சிறுநாகுடி
கருங்குடி	சின்ன செங்குடி
கலவான்குடி	சீனாங்குடி
களக்குடி	சீனாங்குடி
கள்ளிக்குடி	செங்குடி

செம்பிலான்குடி	பாம்பளம்மன் குடியிருப்பு
சொரட்டமணக்குடி	புது ஊரணங்குடி
திருத்தேர்வளை குடியிருப்பு	புல்லுகுடி
திருப்பாலைக்குடி	பெருங்குடி
நடுக்குடியிருப்பு	மாந்தாங்குடி
நடுவக்குடி	முத்துவேலாயுதன் குடியிருப்பு
பக்கந்தான்குடி	முள்ளிக்குடி
பாப்பாகுடி	வாகைக்குடி
	வ.பரமக்குடி

குடிகளின் அடையாளங்களைக் குறிக்கும் குடி, குடியிருப்புத் தவிர ஊர் எனும் முன்/பின்னொட்டுக் கொண்டு முடியும் ஊர்களும் தமிழகத்தில் பல உள்ளன. சிவகங்கை மாவட்டத்தில் ஊர் எனும் பின்னொட்டுக் கொண்டு முடிவனவாக 196 ஊர்கள் இடம்பெற்றுள்ளமையைப் பட்டியலிட்டுள்ளார் க.பாலாஜி (2013:83-85). இவ்வகையில் இராஜசிங்க மங்கலம் ஊராட்சி ஒன்றியத்துள் 39 ஊர்கள் அமைந்துள்ளன.

ஊர் – 39

அத்தானூர்	கடுக்கலூர்
ஆத்தூர்	கருங்களத்தூர்
ஆனந்தூர்	கவ்வூர்
இராதானூர்	காவனூர்
உப்பூர் சத்திரம்	கீழச் சித்தூர்வாடி
உப்பூர்(தெற்கு)	கீழ்ப்பனையூர்
உப்பூர்(வடக்கு)	கூடலூர்
ஊரணங்குடி	சாத்தனூர்
ஊரணங்குடி(தெற்கு)	சித்தலூர்
கடலூர்	சித்தூர்வாடி

சிறுகளத்தூர்	மாடம்பூர்
சூடியூர்	மேட்டுச் சோழந்தூர்
செல்வனூர்	மேட்டுக் கற்களத்தூர்
சோழந்தூர்	மேலையூர்
தளக்காவூர்	மேல்பனையூர்
பாரனூர்	வடக்கலூர்
புது ஊரணங்குடி	வலமாவூர்(தெற்கு)
புத்தூர்	வலமாவூர்(வடக்கு)
புத்தூர் காலனி	விலத்தூர்
பேரையூர்	

குறிச்சி – (04)

குறிச்சி எனும் பெயரில் 4 ஊர்கள் இவ்வொன்றியத்தினுள் உள்ளன.

குறிச்சினாங்கரை	பனையாகுறிச்சி
திருக்குறிச்சி	பிச்சங்குறிச்சி

குறிச்சி என்பது குறிஞ்சி என்பதன் திரிபுப் பெயராகும். இராமநாதபுரம் மாவட்டத்தில் குறிஞ்சி நிலப்பரப்பென்று எதுவும் இல்லை.

"குறிச்சி சிற்றூரே சீறூர் குறிஞ்சி நன்னிலத் தூர்ப்பேராம்"

(சூடாமணி நிகண்டு, இடப்பெயர்த் தொகுதி - 39)

[குறிஞ்சி நிலத்தூரின் பெயர் = குறிச்சி, சிற்றூர், சீறூர்]

தொடக்கத்தில் குறிஞ்சிநிலத்துக் குடியிருப்புகளைக் குறிக்க வந்த இப்பெயர் பின்னாளில் பிற நிலத்து ஊர்களையும் குறிக்கப் பயன்படுத்தப் பெற்றுள்ளது. இதனை,

முன்னாளில் குறிஞ்சி நிலத்தில் வாழ்ந்த மக்கள் குறவர் என்று பெயர் பெற்றனர். அன்னார் குடியிருந்த இடம் குறிச்சி என்று குறிக்கப்பட்டது. 'குறிச்சி எங்கள் குறச்சாதி குடியிருப்ப தம்மே' (மதுரை மீனாட்சியம்மை குறம்) என்று ஒரு

> குறவஞ்சி கூறுமாற்றால் இவ்வுண்மை இனிது விளங்கும். பொதியமலைத் தொடரின் அடிவாரத்தில் குறிச்சி என்ற பெயருடைய ஊர்கள் பல உண்டு. ஆழ்வார்குறிச்சி முதலாகப் பல குறிச்சிப் பெயர்களைத் தொகுத்து வழங்கும் முறையும் நெல்லை நாட்டில் உள்ளது. ஆதியில் குறிச்சி என்பது குறவர் குடியிருப்பைக் குறித்ததாயினும் பிற்காலத்தில் மற்றைய குலத்தார் வாழும் சிற்றூர்களும் அப்பெயர் பெற்றன (2005:6)

என மதிப்பிடுவார் ரா.பி.சேதுப்பிள்ளை.

கோட்டைகள், சேரிகள் தொடர்பானவை

கோட்டை (இராஜசிங்கமங்கலம் ஊராட்சி ஒன்றியம்) – (36)

அடந்தனார்கோட்டை	நெடும்புளிக்கோட்டை
அழகர்தேவன்கோட்டை	நோக்கன்கோட்டை
அழிந்திக்கோட்டை	பச்சனத்திக்கோட்டை
ஆணையார்கோட்டை	பண்ணாக்கோட்டை
கரியான்கோட்டை	பழங்கோட்டை
காவனக்கோட்டை	பனிக்கோட்டை
கீழக்கோட்டை	பனிக்கோட்டை
கொத்தியார்கோட்டை	பாப்பனக்கோட்டை
கொரண்டிக்கோட்டை	புலிவீரதேவன்கோட்டை
கோட்டைக்காடு	பெரிய பொட்டக்கோட்டை
சின்ன பொட்டக்கோட்டை	பொன்னாலக்கோட்டை
சூரியன்கோட்டை	மஞ்சக்கோட்டை
செட்டியகோட்டை	முடிக்கினார்கோட்டை
சேனத்திக்கோட்டை	முத்தலன்கோட்டை
திருவிருந்தார் கோட்டை	மேடாக்கோட்டை
தும்படைக்காகோட்டை	மொன்னார்கோட்டை
நத்தக்கோட்டை	ராக்கினார்கோட்டை
நாடார்கோட்டை	வெளியக்கோட்டை

கோட்டை (இராஜசிங்கமங்கலம் பேரூராட்சி) (05)

கீழக்கோட்டை	பிச்சனாகோட்டை
கோழிகாவலன் கோட்டை	பெத்தார்தேவன் கோட்டை
சிங்கமடைக்கா கோட்டை	

சேரி (இராஜசிங்கமங்கலம் ஊராட்சி ஒன்றியம்) – (14)

ஆவான்பச்சேரி	தளக்கான்பச்சேரி
இருவான்பச்சேரி	பள்ளப்பச்சேரி
கருப்பக்குடும்பன்பச்சேரி	பள்ளப்பச்சேரி
கீழப்பச்சேரி	பெரியான்பச்சேரி
குருணிபச்சேரி	மணியம்பச்சேரி
கொல்லன்பச்சேரி	மருதன்பச்சேரி
சொக்கன்பச்சேரி	வீரிபச்சேரி

சேரி (இராஜசிங்கமங்கலம் பேரூராட்சி) (01)

வடக்குப் பச்சேரி

பொதுநிலையில், பாதுகாப்பு அரண் அமைந்த இடம் 'கோட்டை' என்றும், குடிகள் சேர்ந்து வசிக்கும் இடம் 'சேரி' என்றும் பொருள் கொள்ளலாம். அவ்வாறு பொருள்கொள்வது பொதுநிலை. எனினும், குறிப்பிட்ட அவ்விடங்களில் வாழ்ந்த / வாழும் மக்களின் குல அடையாளத்தை அவ்வூர்ப் பெயர்களோடு இயைத்துப் பொருள் கொள்வது பிறிதொரு நிலை.

சான்றாக, இராஜசிங்கமங்கலம் ஊராட்சி ஒன்றியம் - தும்படைக்காகோட்டை எனும் ஊராட்சி மன்றத்துக்கு உட்பட்ட ஊர்களுள் கோட்டை, சேரி எனும் பெயர் தாங்கிய ஊர்ப்பெயர்களை இங்குக் கவனப்படுத்தலாம். 17 ஊர்களை உள்ளடக்கிய பெரும் ஊராட்சி இது. இவ்வூராட்சியினுள் அடங்கிய ஊர்களின் பெயர்கள் பின்வருமாறு:

தும்படைக்காகோட்டை, இருவான்பச்சேரி, ஆவான்பச்சேரி, அஞ்சானிதிடல், சின்னப் பொட்டக்கோட்டை, இருதயபுரம், கருப்பக்குடும்பன்பச்சேரி, கொல்லன்பச்சேரி, மாங்குளம், மருதன்பச்சேரி, முத்துவேலாயுதன் குடியிருப்பு, பனிக்கோட்டை, பண்ணாக்கோட்டை, பெரிய பொட்டக்கோட்டை, பொன்மாரி, பொன்னாலக்கோட்டை, புலிவீரதேவன்கோட்டை.

இவ்வொன்றியத்துள் உள்ள கோட்டை எனும் பின்னொட்டுக் கொண்ட ஊர்ப்பெயர்களையும் சேரி எனும் பின்னொட்டுக் கொண்ட ஊர்ப்பெயர்களையும் பொதுநிலையில் வைத்துப் பார்க்கும்போது எவ்விதத் தொடர்பும் இல்லாத, பொது அடையாள ஊர்களாகவே தோற்றம் தருகின்றன. அதேவேளை 'கோட்டை', 'சேரி' என அமைந்துள்ள ஊர்களில் வாழும் குடிகளின் குல(சாதி) அடையாளத்தைப் பகுத்துப் பார்க்கும் போது அவ்வூர்களின் பெயர்கள் 'சாதிய அடையாளத்தோடு' உருப்பெற்ற / உருவாக்கப்பெற்ற ஊர்களாகத் தனித்து நிற்கின்றன.

இராஜசிங்கமங்கலம் ஊராட்சி ஒன்றியம் - தும்படைக்கா கோட்டை எனும் ஊராட்சி மன்றத்துக்கு உட்பட்ட ஊர்களுள் (17) கோட்டை எனும் பெயர்கொண்டு முடியும் ஊர்கள் பின்வருமாறு:

கோட்டை(7/17)

சின்னப் பொட்டக்கோட்டை

தும்படைக்கா கோட்டை

பண்ணாக்கோட்டை

பனிக்கோட்டை

புலிவீரதேவன் கோட்டை

பெரிய பொட்டக்கோட்டை

பொன்னாலக்கோட்டை

கோட்டை என்பது அரணைக் குறிப்பதற்குப் பெரும்பான்மையாக எங்கும் வழங்கும் சொல்லாகும் (2005:83)

என்பார் ரா.பி.சேதுப்பிள்ளை. இவ்வூர்கள் கோட்டை எனும் அடையாளத்தோடு வழங்குவதற்கான காரணத்தை,

> கி.பி.1710-ஆம் ஆண்டு வரை ஆட்சி செய்த விஜயரகுநாத சேதுபதி இங்கு(இராஜசிங்கமங்கலம்) ஒரு கோட்டையும் அமைத்தார். அழிவுற்ற அக்கோட்டையின் கீழ்பகுதி இன்றைக்கும் கீழக்கோட்டை என வழங்கப்பட்டு மறக்குடி மக்களது குடியிருப்பாக இருந்து வருகின்றது (1985:30)

என எஸ்.எம்.கமால் & நா.முகம்மது செரீபு குறிப்பிடுவதன் மூலம் அறிந்து தெளியலாம். மேற்குறித்த குறிப்பில் இடம் பெறும் கீழக்கோட்டை எனும் ஊரானது இன்றைய இராஜ சிங்கமங்கலத்தின் மையப்பகுதியிலிருந்து 1கி.மீ. தொலைவில் அமைந்திருப்பது குறிப்பிடத்தக்கது. இதுபோன்ற கோட்டைகள் உருவாக்கப் பெற்றதன் பின்னணியும் அவை சிதைக்கப்பெற்றதன் பின்னணியும் குறித்துப் பின்வருமாறு குறிப்பிடுவர் எஸ்.எம். கமால் & நா.முகம்மது செரீபு.

> இராமநாதபுரம் மாவட்டத்தைப் பொறுத்தவரையில் பதினான்காம் நூற்றாண்டில் பிற்காலப் பேரரசு நிலைகுலைந்தவுடன் ஆங்காங்குள்ள வேளிர்களும், குறுநில மன்னர்களும் வலிமை மிக்கவர்களாக விளங்கினர். அப்போதைய குழப்பமான அரசியல் சூழ்நிலையும் அவர்களது தன்னிச்சையான போக்கிற்குத் துணைநின்றன. இதனால் அவர்கள் ஆங்காங்கு தங்கள் அதிகார வரம்பை நிலைநாட்டச் சிறுசிறு கோட்டைகளை அமைத்துச் சிற்றரசர்கள் போல வாழ்ந்தனர். அவர்களைச் சார்ந்த மக்களும் அவர்களுக்கு ஆட்பட்டவர்களாக இருந்தனர். பதினாறு பதினேழாம் நூற்றாண்டுகளில் மறவர்சீமையின் அதிபதியாக விளங்கிய இராமநாதபுரம் சேதுபதி மன்னர்கள் வடுகர், பரங்கியர் ஆகியோரது ஆட்சியினின்றும் தங்களை உயர்த்திக் கொள்ளப் பல இடங்களில் புதிய கோட்டைகளை அமைத்து வலுப்படுத்தினர். இந்தக் காரணங்களினால் வேறு எந்த மாவட்டத்திலும் இல்லாத முறையில் கோட்டைகளின் எண்ணிக்கை இங்கு அதிகமாக இருந்தன. ஆனால், அனைத்தையும் கி.பி. 1801இல் இடித்துத் தரைமட்டமாக்கும்படி கிழக்கிந்தியக் கம்பெனியார் ஆணையிட்டு, செயல்படுத்தவும் செய்தனர். அத்தகைய கோட்டைகளின் இடிபாடுகள் சிலவற்றை கமுதி, இராமநாதபுரம், சிவகங்கை, திருப்பத்தூர் ஆகிய ஊர்களில் இன்றும் காணலாம். ஏனைய ஊர்களில் அவற்றின் பெயர்களில்தான் ‘கோட்டை’ இருந்து வருகின்றன (1984:32-33)

மேற்கண்ட குறிப்பில் இடம்பெறும் *“சிறுசிறு கோட்டைகளை அமைத்துச் சிற்றரசர்கள் போல வாழ்ந்தனர். அவர்களைச் சார்ந்த மக்களும் அவர்களுக்கு ஆட்பட்டவர்களாக இருந்தனர்”* எனும்

தொடர்கள் தனித்த கவனத்திற்கு உரியனவாகும். அவர்களுக்கு (சேதுபதியினர்க்கு) 'ஆட்பட்டவர்கள்' பள்ளர் சமூகத்தினராகத் திகழச் சிறிதும் வாய்ப்பில்லை. ஆக, தம்மை நிலைநிறுத்தக் கோட்டைகளை உருவாக்கிய சேதுபதியினரால் கோட்டையைச் சுற்றிக் குடியமர்த்தப்பட்ட சமூகத்தினர் யாவரென்பதைச் சொல்லித் தெரிய வேண்டியதில்லை.

இன்றைய நடப்பியலில் 'சேரி' எனும் வழக்கு எவ்வாறு புழக்கத்தில் உள்ளது என்பது பற்றிய புரிதலை இனங்காண்பதற்கு முன், பழங்காலத்தில் வாழ்ந்த தமிழ்மக்களிடத்துச் சேரி பற்றிய புரிதல் எத்தன்மையினதாக அமைந்திருந்தது என்பது பற்றியும் அறிதல் தேவையாகின்றது. அதற்கேற்ப, அகச்சான்றுகளான பழந்தமிழ் இலக்கண இலக்கிய நூல்களுள் பதிவாகியுள்ள சேரி பற்றிய பதிவுகளை அணுகி அவ்வக்காலப் புரிதலை ஓரளவுக்கு விளங்கிக் கொள்ளலாம்.

தொல்காப்பியமும் சேரி பற்றிய கருத்தியலும்

தமிழில் இன்று கிடைக்கும் நூல்களுள் பழமையான நூலான தொல்காப்பியத்தில் 'சேரி' பற்றிய குறிப்புகள் காணப்படுகின்றன.

எண்வகை வனப்புகளுள் ஒன்றான 'புலன்' என்பதற்குரிய வரையறை கூறுமிடத்துத் தொல்காப்பியர் சேரி என்னும் சொல்லைக் கையாண்டுள்ளார். எனினும் அச்சொல் பாடவேறு பாட்டுக்கு உரிய சொல்லாக அமைந்திருப்பதும் கருதத்தக்கது.

> **"சேரி மொழியால் செவ்விதின் கிளந்து**
>
> **தேர்தல் வேண்டாது குறித்தது தோன்றின்**
>
> **புலனென மொழிப புலன்உணர்ந் தோரே"** (தொல்.செய்யு.233)

இவ்விடத்து முதலடியிலுள்ள 'சேரி மொழியால்' என்பதற்கு 'தெரிந்த மொழியால்' என்று மூலபாடம் கொண்டுள்ளார் இளம்பூரணர். 'சேரி மொழியால்' என்பது பின்னையோர் கொண்ட மூலபாடமாக அமைகின்றது. 'ஆராய்ச்சி வேண்டாது, எல்லோர்க்கும் தெரிந்த மொழியால் / சேரி மொழியால் அழகுறக் கூறிப் பொருள்விளங்க அமைவதே புலன் என்னும் வனப்பாகும்' என்பது இந்நூற்பாவின் சாரமாகும்.

பழந்தமிழர்தம் அகமரபின் (களவு, கற்பு) அடிப்படையில் இயற்றப்பெறும் செய்யுளில் கூற்று நிகழ்த்துவதிலிருந்து விலக்கி வைக்கப்பட்டோராகச் சேரியினரையும் குறிப்பிடுகின்றது தொல் காப்பியம். அந்நூற்பா வருமாறு:

"ஊரும் அயலும் சேரி யோரும்

நோய்மருங் கறிநரும் தந்தையும் தன்னையும்

கொண்டெடுத்து மொழியப் படுதல் அல்லது

கூற்றவண் இன்மை யாப்புறத் தோன்றும்" (தொல்.செய்யு.183)

"இவ்வெண்ணப்பட்ட அறுவகையோருஞ் சொல்லிய சொல்லாகச் செய்யுள் செய்யப்பெறார் என்றவாறு,

இவை, களவிற்கும் கற்பிற்கும் பொது. 'கொண்டெடுத்து மொழியப் படுதலல்லது' என்பது, இவர் கூற்றாகப் பிறர் சொல்லினல்லது இவர்தாங் கூறார் என்றவாறு."

எனும் பேராசிரியரின் உரைக்குறிப்பும் இதனைத் தெளிவாக்கு கின்றது. கி.பி.12-13ஆம் நூற்றாண்டைச் சேர்ந்த நாற்கவிராச நம்பி எழுதிய நம்பியகப்பொருளும் 'சேரியோர் கூற்று நிகழ்த்துதற்கு உரிமையற்றோர்' எனும் தொல்காப்பியக் கருத்தை உள்ளது உள்ளவாறே வழிமொழிந்து செல்கின்றதனைக் காண முடிகின்றது. அக்குறிப்பு வருமாறு:

"பயந்தோன் தன்னை உயங்குநோய் அறிவோர்

ஊரவர் அயலோர் சேரியோர் என்றிவர்

முகத்துஉரை நிகழா அகப்பொருள் அகத்தே" (நம்பி.215)

தலைவனுடன் தன் மகள் உடன்போக்குச் சென்றபோது, அவளைத் தேடிச் செல்லும் செவிலித்தாயானவள் சேரியின் பக்கமும் செல்வாள் என்று அகமரபு கூறுகின்றது தொல்காப்பியம்.

"ஏமப் பேரூர்ச் சேரியும் சுரத்தும்

தாமே செல்லும் தாயரும் உளரே" (தொல்.அகத்.40)

என்பது அக்கருத்தை உணர்த்தும் தொல்காப்பிய நூற்பா.

இவை தவிர, தொல்காப்பியத்துக்கு உரையெழுதிய உரை யாசிரியர்களின் உரைக் கருத்துக்களிலும் சேரி பற்றிய குறிப்புக் காணப்பெறுகின்றது. தேவை கருதிச் சான்றுக்கு ஒன்று வருமாறு:

> "ஒருபெயர்ப் பொதுச்சொல் உள்பொருள் ஒழியத்
> தெரிபுவேறு கிளத்தல் தலைமையும் பன்மையும்
> உயர்திணை மருங்கினும் அஃறிணை மருங்கினும்" (தொல்.கிளவி.49)

எனும் நூற்பாவுக்கான உரைவிளக்கத்தின்போது 'பார்ப்பனச் சேரி' எனும் சொல்வழக்கைக் கையாண்டுள்ளார் உரையாசிரியரான சேனாவரையர். அவர்தம் உரைக்கருத்தும் எடுத்துக்காட்டு விளக்கமும் வருமாறு:

> "உயர்திணைக்கண்ணும் அஃறிணைக்கண்ணும் ஒருபெயராய்ப் பல்பொருட்குப் பொதுவாகிய சொல்லைப் பிற உள்பொருளொழியத் தெரிந்துகொண்டு பொதுமையின் வேறாகச் சொல்லுக தலைமையானும் பன்மையானும்.
>
> பிறரும் வாழ்வாருளரேனும் பார்ப்பனச்சேரி யென்றல் உயர்திணைக்கண் தலைமை பற்றிய வழக்கு."

சேனாவரையர் உரையில் இடம்பெற்றுள்ள பார்ப்பனச் சேரி பற்றி,

> "பண்டைக்காலத்தில் ஒன்றாகச் சேர்ந்திருந்த ஒரு குலத்தார் வீட்டுத் தொகுதிக்குச் சேரி என்று பெயர். அது இக்காலத்தில் குடி அல்லது தெரு எனப்படும். சேரி என்பது நகருக்குப் புறம்பாக உள்ள தாழ்த்தப்பட்டோர் இருக்கையைக் குறித்தது பிற்கால வழக்கு" (2001:43)

என்று அடிக்குறிப்பில் கூடுதல் விளக்கத்தினைத் தந்துள்ளனர் இவ்வுரைநூலின் பதிப்பாசிரியர்களான கந்தசாமியார் & ஞா.தேவநேயப் பாவாணர்.

இவை தவிர, தொல்காப்பிய உரையாசிரியர்களின் உரை விளக்கத்தில் இடம்பெறும் இற்பரத்தை, சேரிப்பரத்தை எனும் வகைப்பாட்டினுள் இடம்பெறும் சேரி எனும் வழக்கும் கவனத்திற் கொள்ள வேண்டிய ஒன்றாகும்.

இதுவரை விளக்கப்பெற்றதன்வழி, தொல்காப்பியம் எனும் இலக்கண நூலிலும், தொல்காப்பிய உரைக்கருத்திலும் இடம் பெறும் சேரி பற்றிய கருத்தாக்கங்களைப் பின்வருமாறு தொகுத்துக் கூறலாம்.

அ) எல்லோர்க்கும் தெரிந்த மொழியாக அமைவது சேரி மொழி. எல்லோர்க்கும் தெரிந்த, (எளிய) சேரிமொழியால் அமைவதே புலன் எனும் வனப்பு அமைந்த செய்யுளாகும்.

ஆ) அகப்பாடல்களில் கூற்று நிகழ்த்துவதிலிருந்து (அதாவது, நேரடியாகப் பேசுவதிலிருந்து) விலக்கி வைக்கப்பட்டோருள் சேரியினரும் அடங்குவர்.

இ) பலருக்கும் பொதுவாகிய ஒரு சொல்லை (சேரி எனும் சொல்லை) உயர்திணையிடத்துத் தலைமையும் பன்மையும் கருதிப் (பிறர்க்குரியதிலிருந்து ஒழித்துப்) பொதுவழக்கிலிருந்து வேறுபடுத்தி (பார்ப்பனச் சேரி எனக்) குறிப்பிடலாம் [பார்ப்பனச்சேரி எனும்போது தாழ்வு நேராது என்பதாம்].

ஈ) தலைவனுடன் உடன்போக்குச் சென்ற தன் மகளைத் தேடிச் செல்லும் செவிலித்தாயானவள் சேரியின் பக்கமும் செல்வாள்.

உ) பரத்தையருள் சேரிப்பரத்தை எனும் வழக்கும் இருந்துள்ளது.

i) சங்க இலக்கியத்தில் 'சேரி' (எட்டுத்தொகை)

எட்டுத்தொகை, பத்துப்பாட்டு என அமையும் சங்க இலக்கியங்களுள் சேரி எனும் சொல்வழக்கு 48(41+07) இடங்களில் இடம்பெற்றுள்ளது (விவரம் : பின்னிணைப்பு - 5).

இவற்றுள், எட்டுத்தொகை அகநூல்களுள் இடம்பெற்றுள்ள சேரி பற்றிய பதிவுகளைத்(38) திணை(நில) அடிப்படையில் பகுத்து நோக்கும்பொழுது,

திணை(நிலம்)	எண்ணிக்கை
முல்லை	01
குறிஞ்சி	05
மருதம்	12
நெய்தல்	13
பாலை	07

என்பதாக எண்ணிக்கையை வரையறுக்க முடிகின்றது.

அகநூல்கள் தவிர, புறநானூறு (மகட்பாற்காஞ்சி - 1), பரிபாடல் (வையை - 2) ஆகிய நூல்களிலும் சேரி பற்றிய பதிவுகள் காணப்படுகின்றன. பதிற்றுப்பத்தில் சேரி பற்றிய குறிப்பு இல்லை.

நில அடிப்படையில் நோக்கும்போது மருதம் (வேளாண் குடியினர்), நெய்தல் (மீனவர்) நிலப்பகுதிகளில் சேரி பற்றிய பதிவுகள் மிகுதியாக உள்ளதனை அறிய முடிகின்றது.

'பல வீடுகள் சேர்ந்திருப்பது - சேரி' என்று குறிப்பிடுவார் சங்க இலக்கிய உரையாசிரியர்களுள் ஒருவரான பின்னத்தூர் அ.நாராயணசாமி ஐயர் (நற்றிணை நானூறு உரை, 1952:89) ஆனால், சங்க இலக்கியங்களுள் இடம்பெற்றுள்ள சேரி பற்றிய பதிவுகளை நுணுகிக் காணும்போது அவை வெறும் இருப்பிட அடையாளத்துக்காக மட்டும் சங்கப்புலவர்களால் பாடலில் காட்சிப்படுத்தப் பெறவில்லை என்பதனை அறிய முடியும்.

அதாவது, ஒவ்வொரு நிலத்திலும் மக்கள் ஏதோவோர் அடையாளத்துடன் சேர்ந்து வாழ்ந்த பகுதிதான் சேரி எனப் பொதுநிலையில் ஏற்றுக்கொண்டாலும் சங்கப்பாக்களின் சேரி பற்றிய காட்சிப்பின்னணி அவர்களை (சேரியில் வாழ்வோரை) இயல்பான மாந்தர்களிலிருந்து வேறுபடுத்தியே வைத்துள்ளது.

அகப்பாடல்களில் நேரடியாகப் பேசுவதிலிருந்து விலக்கி வைக்கப்பட்டோராகத் தொல்காப்பியம் குறிப்பிடும் சேரிமக்களுள் ஒரு பகுதியினர் (குறிப்பாகப் பெண்கள்) சங்கப்பாடல்களில் அலர் பேசுபவராக, பழி தூற்றுபவராக, புறம் பேசுபவராக, வெற்றுப் பேச்சினராக, பொய் பேசுபவராக, புலால்நாற்றப் பகுதியினராக... அடையாளப்படுத்தப் பெற்றுள்ளனர். சான்றுப் பதிவுகள் வருமாறு:

"கல்லென் சேரிப் புலவல் புன்னை" (நற்.63:3)

"சேரியம் பெண்டிர் சிறுசொல் நம்பி" (நற்.77:8)

"மல்லலஞ் சேரி கல்லெனத் தோன்றி
அம்பல் மூதூர் அலரெழ" (நற்.249:9-10)

"ஊஉர் அலரெழச் சேரி கல்லென" (குறுந்.262:1)

"புன்னையஞ் சேரி இவ்வூர்
கொன்னலர் தூற்றும் கொடுமை" (குறுந்.320:7,8)

"புன்னை ஓங்கிய புலாலஞ் சேரி" (குறுந்.351:6)

"நாட! நீவரின்

கல்லகத் ததுஎம் ஊரே

அம்பல் சேரி அலராங் கட்டே" (ஐங்.279:3-5)

"ஈரம் சேரா இயல்பிற் பொய்ம்மொழிச்

சேரியம் பெண்டிர்" (அகம்.65:3,4)

"... அலர்வாய்

அம்மென் சேரி" (அகம்.110:1,2)

"பழியிலர் ஆயினும் பல்புறம் கூறும்

அம்பல் ஒழுக்கமும் ஆகியர் வெஞ்சொல

சேரியம் பெண்டிர்" (அகம்.115:2-4)

"ஊரும் சேரியும் உடனியைந்து அலரெழ" (அகம்.220:1)

"பண்ணமை முரசின் கண்ணதிர்ந் தன்ன

கவ்வை தூற்றும் வெவ்வாய்ச் சேரி" (அகம்.347:5,6)

"ஊரும் சேரியும் ஓராங்கு அலரெழ" (அகம்.383:2)

சேரியானது பிறிதொரு சூழலில் சங்கப்பாடல்களில் பரத்தையர் வாழும் பகுதியாகக் காட்சிப்படுத்தப் பெற்றுள்ளது. சான்றுப் பதிவுகள் வருமாறு:

"வாலிழை மகளிர் சேரித் தோன்றும்

தேரோன்" (நற்.380:5-6)

[தூய இழையணிந்த பரத்தையர் சேரிக்கண்ணே தோன்றுகின்ற தேரினை உடைய காதலன்.]

"ஓரூர் வாழினும் சேரி வாரார்

சேரி வரினும் ஆர முயங்கார்" (குறுந்.231:1-2)

[அன்பின்றி அயலாராகிய தலைவர் ஓரூரிலே இருக்கின்றா ராயினும் பரத்தையர் சேரியை விட்டு இங்கு வாரார்; ஒருகால் சேரியினின்று வந்தாலும் என்னை மனமாரத் தழுவிக் கூடார்.]

"சேரியாற் சென்றுநீ சேர்ந்தஇல் வினாயினன்

தேரொடு திரிதரும் பாகன்" (கலி.68:16,17)

[சேரிதொறும் சென்று நீ சேர்ந்த இல்லை வினாயினானாய்த் தேரோடே கூடத் திரிதலைச் செய்யும் பாகன்.]

"ஒள்ளிழை மகளிர் சேரி" (அகம்.146:6)

[ஒள்ளிய இழையையுடைய பரத்தைமகளிர்களது சேரி]

ii) சங்க இலக்கியத்தில் 'சேரி' (பத்துப்பாட்டு)

பத்துப்பாட்டு நூல்களுள் மதுரைக்காஞ்சி, பட்டினப்பாலை ஆகிய இரு நூல்களில் மட்டும் சேரி பற்றிய பதிவுகள் இடம்பெற்றுள்ளன. அப்பதிவுகள் வருமாறு:

"இருஞ்சேரிக்
கட்கொண்டிக் குடிப்பாக்கத்து" (மதுரைக்.136, 137)

"மீன்சீவும் பாண்சேரி" (மதுரைக்.269)

"துணங்கையந் தழூஉவின் மணங்கமழ் சேரி" (மதுரைக்.329)

"மறங்கொள் சேரி" (மதுரைக்.594)

"மன்றுதொறும் நின்ற குரவை சேரிதொறும்" (மதுரைக்.615)

"சேரி விழவின் ஆர்ப்பெழுந் தாங்கு" (மதுரைக்.619)

"பறழ்ப்பன்றிப் பல்கோழி
உறைக்கிணற்றுப் புறச்சேரி
...
புன்தலை இரும்பரதவர்" (பட்டினப்.75-90)

பத்துப்பாட்டில் இடம்பெற்றுள்ள சேரி பற்றிய பதிவுகளுள் 'மீன்சீவும் பாண்சேரி' *(269)* எனும் மதுரைக்காஞ்சிப் பதிவு 'மீன்சீவும் பாண்சேரி' *(348:4)* எனும் புறநானூற்றுப் பதிவின் மீள்பதிவே!

பட்டினப்பாலையில் இடம்பெற்றுள்ள 'புறச்சேரி' எனும் பதிவு ஆழ்ந்து நோக்கத்தக்கதாகும். சமூக மதிப்புறு நோக்கில் சேரி என்பதனைவிட இச்சொல்லானது வேறுபட்ட, அதேவேளை ஆழ்ந்த பொருளுடைய சொல்லாகும். அதாவது, புறம் எனும் முன்னொட்டானது 'ஊருக்கு / நகருக்கு ஒதுக்குப்புறம்' எனும் அடையாளத்தை வெளிப்படையாக உட்பொதித்து வைத்துள்ள தனை இங்கு மறுக்கவியலாது.

மேலும், 'குட்டிகளையுடைய பன்றிகளும் பலவகைக் கோழி களும் உறைவைத்த கிணறுகளும் உடைய புறச்சேரியாகிய

பரதவர் இருப்பிடம்' (பட்டினப்.75-90) எனும் பட்டினப்பாலைப் பதிவானது கி.பி.12ஆம் நூற்றாண்டில் சேக்கிழாரால் படைக்கப் பெற்ற பெரியபுராணத்தில் இடம்பெறும் நந்தனார் வாழ்ந்த குடியிருப்பான புலைப்பாடியை நினைவூட்டுவதனைத் தவிர்க்க இயலவில்லை.

பெரியபுராணம் - திருநாளைப்போவார் நாயனார் புராணத்தில் 'ஆதனூர்' எனும் ஊருக்குப் புறத்தே உள்ளது நந்தனார் வாழ்ந்த புலைப்பாடி. பெரியபுராணத்தில் ஆதனூர் செல்வவளம் மிக்க, மருதநிலம் பொருந்திய ஊராகவே காட்சிப்படுத்தப் பெற்றுள்ளது. இதனை,

"வயல்வளமும் செயல்படு பைந்துடவை இடைவரும் வளமும்
வியலிடம் எங்கணும் நிறையமிக்க பெருந்திரு வினவாம்
புயலடையும் மாடங்கள் பொலிவெய்த மலிவுடைத்தாய்
அயலிடை வேறடி நெருங்கக் குடிநெருங்கி உளது அவ்வூர்" (5)

எனும் பாடலின்வழி அறிய முடிகின்றது. செல்வ வளம் கொழிக்கும் வயல்களையும் அழகிய பூஞ்சோலைகளையும் பொலிவு பெற்ற மாடமாளிகைகளையும் பெரும் செல்வந்தர் குடிகளையும் கொண்டதாகவே ஆதனூர் காட்சிப்படுத்தப் பெற்றுள்ளது. இத்தகைய வளம் பொருந்திய ஊருக்குப் புறத்தேதான் நந்தனார் குடியிருந்த புலைப்பாடி இருந்துள்ளது. அக்குடியிருப்புப் பற்றிய சேக்கிழாரின் காட்சிப்பதிவு வருமாறு:

"மற்றவ்வூர்ப் புறம்பணையின் வயல்மருங்கு பெருங்குலையில்
சுற்றம் விரும்பிய கிழமைத்தொழில் உழவர் கிளைதுவன்றிப்
பற்றிய பைங்கொடிச் சுரைமேல் படர்ந்த பழங்கூரையுடைப்
புல்குரம்பைச் சிற்றில் பலநிறைந்து உளதோர் புலைப்பாடி" (6)

மேற்காண் பாடலில் ஆதனூர் எனும் ஊருக்குப் புறத்தே உள்ள, சுரைக்கொடிகள் படர்ந்த கூரைக் குடிசைகளையுடைய புலைப்பாடியானது, தோல் வார்கள் இறைந்து கிடக்கின்ற முன்றிலையும்(இல்லத்தின் முன்பகுதி), சுற்றித் திரிகின்ற கோழிக் குஞ்சுகளையும், கூரிய நகங்கொண்ட நாய்க்குட்டிகளுடன் விளையாடும் இரும்புக்காப்பு அணிந்த கருநிறச் சிறுவர்களையும் உடையதாகக் காட்சிப்படுத்தப் பெற்றுள்ளது. அப்பாடல் வருமாறு:

"கூருகிர் மெல்லடி அலகின் குறும்பார்ப்புக் குழுச்சுழலும்
வார்பயில் முன்றிலில் நின்ற வள்ளுகிர்நாய்த் துள்ளுபறழ்
காரிரும்பின் சரிசெறிகைக் கருஞ்சிறார் கவர்ந்தோட
ஆர்சிறு மென்குரைப் படக்கும் அரைக்கசைத்த இருப்புமணி" (7)

பிறிதொரு பாடலில்(10) இங்குள்ள பெண்டிர் 'புன்புலைச்சியர்' என்றே சுட்டப்பெற்றுள்ளனர் என்பதும் இங்குக் குறிப்பிடத்தக்கதாகும். மேலும், ஆ.சிவசுப்பிரமணியன் குறிப்பிடும்

வண்ணார் குடியிருப்பு 'வண்ணாரச் சேரி' என்று கி.பி.9ஆம் நூற்றாண்டுக் கல்வெட்டில் குறிப்பிடப்படுகிறது [தமிழ்க் கல்வெட்டுச் சொல்லகராதி, 2002:534] (2014:2)

எனும் கல்வெட்டுச் சான்றாதாரக் குறிப்பினையும், நொபுரு கராஷிமா குறிப்பிடும்

(முதலாம்) ராஜராஜனுடைய 29ஆம் ஆட்சி ஆண்டைச் (பொ.ஆ.1014) சேர்ந்த இரண்டு தொடர்ச்சியான கல்வெட்டுகள் (தென்னிந்தியக் கல்வெட்டுகள் 2:4-5),சோழப் பேரரசின் இதயப் பகுதியான சோழ மண்டலத்தின் 40 கிராமங்களிலிருந்து வரும் வருமானத்தை முதலாம் ராஜராஜன் நல்கியதை விவரித்துக் கோவில் கற்சுவரின்மீது பொறிக்கப்பட்டவை. அந்தக் கிராமங்களில் இறையிலி நிலங்களின் பரப்பு, இருப்பு பற்றிய விரிவான விவரணையில், பிறவகையான குடியிருப்புப் பகுதிகளுடன் சேர்த்து, தீண்டாச் சேரி பற்றிய குறிப்பையும் நாம் காண்கிறோம் (2017:1)

எனும் கல்வெட்டுச் சான்றாதாரக் குறிப்பினையும் இங்கு உடன்வைத்து எண்ணிப் பார்க்கலாம்.

சிலப்பதிகாரத்தில் சேரி

இரட்டைக் காப்பியங்களுள் முதன்மையான சிலப்பதிகாரத்துள் உள்ள முப்பது காதைகளுள் 'புறஞ்சேரி இறுத்த காதை'(13) என்பதும் ஒன்று. மதுரைக் காண்டத்தில் இடம்பெறும் இக் காதையின் பெயரானது மதுரை நகருக்குப் புறத்தே(வெளியே) அமைந்த ஓர் குடியிருப்புப் பகுதியினைச் சுட்டுகின்றமை குறிப்பிடத்தக்கது. மேலும், ஆயர்-ஆய்ச்சியர் வாழும் புறஞ்சிறை

மூதூர்ப்பகுதியானது சிலப்பதிகார உரையாசிரியர்களால் புறஞ்சேரி என்றே வழங்கப்பெறுகின்றது.

'மாலைச்சேரி' (6:133) - ஒழுங்குபட்ட பரதேசிகள் இருப்பு.

'வலைவாழ்நர் சேரி' (7:கானல்வரி-10:1) - பரதவர் குடியிருப்பு.

'சேரிப்பரதர்' (7:மயங்குதிணை நிலைவரி-38:2) - சேரியில் வாழும் பரதவர்.

என்பதாகவும் சிலப்பதிகாரத்தில் சேரியோர் குறிப்பிடப் பெற்றுள்ளனர்.

ஆக, சங்ககாலம் முதல் இடைக்காலம் வரை பார்ப்பனர் சேரி, ஆயர் சேரி... உள்ளிட்ட குடியிருப்புகளைக் குறிப்பதற்குச் சேரி எனும் பின்னொட்டுச் சொல் பயன்படுத்தப் பெற்றிருந்தாலும் இன்று அவை அக்கிரஹாரங்களாக, குடிகளாக மாற்றப் பெற்றே வழக்கில் வழங்கப் பெறுகின்றன. ஆனால் தாழ்த்தப் பட்ட சமூகத்தினர் வாழும் குடியிருப்புகளில் மட்டும் அப்பின் னொட்டுச்சொல் தாழ்த்தப்பட்டோரை விட்டுப் பிரியாமலேயே (பிரிக்கப்படாமலேயே) ஒட்டியுள்ளது.

பல குடிகள்/வீடுகள் சேர்ந்து வாழும் ஓர் ஒழுங்கமைப்புக்குச் சேரி என்று பழந்தமிழர் காரணப்பெயரிட்டு ஒருகாலத்தில் வழங்கியிருக்கலாம். ஆனால், இத்தகைய பொதுப்பொருள் கொள் வதற்குச் சங்கப்பாடல்கள் இடம் தரவில்லை என்பதனையே மேற்கண்ட சான்றுகள்வழி வெளிப்படையாக அறிய முடிகின்றது. மேலும், (மரபு காக்கும் நோக்கில்) சேரியில் வாழ்வோரை அலர் பேசுபவராக, பழி தூற்றுபவராக, புறம் பேசுபவராக, வெற்றுப் பேச்சினராக, பொய் பேசுபவராக, புலால்நாற்றப் பகுதியினராக, பரத்தையராகச் சுட்டும் சங்கப்பாடல் பதிவுகளையெல்லாம் நாடக வழக்காகவே கருதுதல் வேண்டும் என்று கொள்ளச் செய்வது வலிந்து பொருள்கொள்வதாகவே அமையும். நாடக வழக்கும் உலகியல் வழக்கும் அமையப் பாடப்பெற்ற பாடல்களே சங்கப்பாடல்கள். எனவே, ஊருக்கு / நகருக்குப் புறத்தே, உடைமையில் (பொருள், மதிப்பு) தாழ்ந்த நிலையினர் வாழ்ந்த பகுதியே சேரி எனப்பட்டது எனக் கருதச் சங்கப்பாடல்கள் இடமளிக்கின்றன எனும் முடிவுக்கு வரலாம். இவர்களையே அகப்பாடல்களில் நேரடியாகப் பேசுவதிலிருந்து விலக்கி

வைக்கத் தக்கோராகத் தொல்காப்பியம் விதி கற்பித்துள்ளது எனும் கருத்தினையும் இங்கு உடன்வைத்து எண்ணலாம்.

ஆக, தொல்காப்பியக் காலத்துக்கு முன்பு மண்ணுள் விழுந்த 'சேரி' எனும் இழிவுப்பொருள் குறித்த விதையானது, சங்ககாலத்தே நன்கு முளைத்து வேர்விட்டு, கி.பி. பத்து, பன்னிரண்டாம் நூற்றாண்டுகளில் (பல்வேறு சாதியினரைக் குறித்து) துளிர்த்துக் கிளைபரப்பி, இன்றைய மக்களாட்சிக் காலக்கட்டத்தில் மரமாகி (தாழ்த்தப்பட்டு) நிற்கின்றது எனலாம்.

அவ்வகையில், ஆய்வுக்கு உட்படுத்தப்பெற்ற தும்படைக்கா கோட்டை ஊராட்சிக்கு உட்பட்ட 17 ஊர்களுள் 5 ஊர்கள் 'சேரி' எனும் பெயர் கொண்டு முடிகின்றதனைக் காண முடிகின்றது. இராஜசிங்கமங்கலம் ஊராட்சி ஒன்றியம் - தும்படைக்காகோட்டை ஊராட்சி மன்றத்துக்கு உட்பட்ட ஊர்களுள்(17) 'சேரி' எனும் பெயர்கொண்டு முடியும் ஊர்கள் பின்வருமாறு:

சேரி (5/17)

ஆவான் பச்சேரி
இருவான் பச்சேரி
கருப்பக்குடும்பன் பச்சேரி
கொல்லன் பச்சேரி
மருதன் பச்சேரி

இவ்வூராட்சிக்கு உட்பட்ட 17 ஊர்களுள் கோட்டை, பச்சேரி என முடியும் ஊர்களில் வாழும் மக்களின் குல அடையாளமே (சாதிய அடையாளமே) அந்நிலப்பரப்பினர் சார்ந்த பண்பாட்டை உணர்த்தி நிற்கின்றது. அவ்வகையில், இப்பகுதிவாழ் மக்களின் சாதிய அடையாளம் குறித்து நிகழ்த்திய களஆய்வில் கிடைக்கப் பெற்ற தகவல் வருமாறு:

'தும்படைக்கா கோட்டை, புலிவீரதேவன் கோட்டை உள்ளிட்ட 'கோட்டை' என்று பெயர் முடியும் ஊர்களில் மறவர், வெள்ளாளர், தாதாசிரியர் உள்ளிட்ட வகுப்பினர் பெரும் பான்மையாக வசிக்கின்றனர். 'பச்சேரி' என்று முடியும் ஊர்களில் பள்ளர் வகுப்பினரே பெரும்பான்மையாக வசிக்கின்றனர். சக்கிலியர், வண்ணார் உள்ளிட்ட பிற வகுப்பினர் பச்சேரி

அடையாள ஊர்களில் மிகச் சொற்பமாக வசிக்கின்றனர்' *(தகவல்:1)* கே.எஸ்.பூபாலன், தலைவர் - தும்படைக்காகோட்டை கூட்டுறவு சங்கம், பனிக்கோட்டை. *தகவல்:2 கா.ராஜ்குமார்(48), எல்ஐசி முகவர், இருவான்பச்சேரி, தும்படைக்கா கோட்டை ஊராட்சி).*

> அவர்கள்(சேதுபதியினர்) ஆங்காங்கு தங்கள் அதிகார வரம்பை நிலைநாட்டச் சிறுசிறு கோட்டைகளை அமைத்துச் சிற்றரசர்கள் போல வாழ்ந்தனர். அவர்களைச் சார்ந்த மக்களும் அவர்களுக்கு ஆட்பட்டவர்களாக இருந்தனர் (1984.32-33)

எனும் எஸ்.எம்.கமால் & நா. முகம்மது செரீபுவின் பதிவு இங்கு மீள எண்ணத்தக்கது. மறுபுறம், பள்ளர் சமூகத்தைச் சேர்ந்தவர்கள் சேர்ந்து வாழ்ந்த பகுதியைத் தனித்து அடையாளப்படுத்துவதற்கு அவ்வூர்க்குப் 'பச்சேரி' எனும் பின்னொட்டை இட்டு வழங்கியுள்ளனர் எனலாம்.

சேரி என்பது தாழ்த்தப்பட்ட சாதியினர் வாழும் ஒட்டுமொத்த அடையாளமாகத் தமிழ்ச்சமூகத்தில் வழங்கப்பெறுதலின் அவற்றினின்று பள்ளர் குடியிருப்பை வேறுபடுத்திக் காட்டுதற்குச் சேரி எனும் குடியிருப்புப் பெயருடன் 'பள்' எனும் குல அடையாளத்தையும் இணைத்து, 'பள் + சேரி = பள்சேரி' என வழங்கியுள்ளனர்.

> "லள வேற்றுமையில் றட வும்" (நன்னூல்-எழுத்து:227)
>
> [லகர ளகர ஒற்றுகள் வேற்றுமைப் புணர்ச்சியின்போது, முறையே றகர ஒற்றாகவும் டகர ஒற்றாகவும் மாறும்]

எனும் புணர்ச்சி விதிப்படிப் பள்சேரி எனும் பெயரானது பட்சேரி என வழங்கப்பெற்று, அப்பெயரும் காலப்போக்கில் பேச்சுவழக்கில் 'பச்சேரி' என மருவி வழங்கி வருகின்றது. இதனை,

> பல குடிகள் சேர்ந்து வாழ்ந்த இடம் "சேரி" என்று பெயர் பெற்றது. பள்ளர் வாழுமிடம் "பட்சேரி" எனப்படும்... சேரி எனும் சொல் ஒரு குலத்தார் சேர்ந்திருந்து வாழும் இடத்தினை முற்காலத்தில் குறிப்பதாயிற்று... இக்காலத்தில் சேரி என்னும் சொல் இழிந்த வகுப்பினராக எண்ணப்படுகின்ற பள்ளர், பறையர் முதலியோர் வசிக்கும் இடங்களைக் குறிக்கின்றது. ஒவ்வோர் ஊரிலும் சேரி உண்டு. அஃது ஊரின் புறத்தே தாழ்ந்த வகுப்பார்க்கு உரியதாக அமைகின்றது (2005:64)

என்னும் ரா.பி.சேதுப்பிள்ளையின் கருத்தும் வலியுறுத்துகின்றது.

இத்தகைய புரிதலோடு, தமிழகத்தில் (குறிப்பாக, ஊரகப் பகுதிகளில்) சேரி எனும் பின்னொட்டுக் கொண்டு முடியும் ஊர்ப்பெயர்களையும் அவ்வூரில் வாழும் குடிகளின் சாதிய அடையாளத்தையும் இனங்காணும்போது இத்தமிழ்நிலத்தில் சாதியம் எவ்வாறு இறுக்கமடைந்து இன்றும் உயிர்ப்புடன் செயலாற்றி வருகின்றது எனும் உண்மைநிலையை உணரலாம்.

இத்தகைய சாதியப் பண்பாட்டு வாழ்வியலின் ஒரு பகுதியே (எச்சமே) இராஜசிங்கமங்கலம் ஒன்றிய நிலப்பரப்பினுள் இடம்பெற்றுள்ள கோட்டை, மங்கலம், சேரி என்பன போன்ற பின்னொட்டுகளைக் கொண்ட ஊர்ப்பெயர்கள் எனலாம்.

தொழில் அடையாளம் கொண்ட ஊர்ப்பெயர்கள்

பண்டைக்காலத்தில் தொழில் அடையாளம் கொண்ட மக்கட்பிரிவினருள் பலர் இன்று சாதி அடையாளத்துடனேயே அடையாளப்படுத்தப் பெற்றுள்ளனர். இந்நிலைப்பாட்டிற்கு, வீரம் செறிந்த போர்த்தொழில் புரிந்தோர் மறவர்களாகவும் மள்ளர் களாகவும், பள்ளமான நிலத்தில் உழவுத்தொழில் புரிந்தோர் பள்ளர்களாகவும், வலைவீசி மீன்பிடித் தொழில் புரிந்தோர் வலையர்களாகவும், நிலக்குத்தகைக்குரிய சேர்வைத்தொகையை (குத்தகைத் தொகையை) வசூல் செய்து ஆள்வோரிடம் வழங்கும் தொழில் செய்தோர் சேர்வைக்காரராகவும், பறை உள்ளிட்ட கருவிகளை இசைக்கும் தொழில் புரிந்தோர் பறையர்களாகவும், வணிகத் தொழில் புரிந்தோர் வாணியச் செட்டியார்களாகவும், மறையோதுதல் தொழில் புரிந்தோர் பிராமணர்களாகவும்... சாதிய அடையாளம் பெற்று வழக்கில் வழங்கி வருகின்றமையைச் சான்றாகச் சுட்டலாம்.

இத்தகைய தொழில் அடையாளப் பெயர்களில் ஊர்ப் பெயர்களும் தமிழகத்தில் பலவாக வழங்கி வந்துள்ளன/ வருகின்றன. ஆய்வுக்கு எடுத்துக்கொண்ட 276 ஊர்களில் தொழில் அடையாளம் கொண்ட ஊர்களாகப் பின்வருவன அமைந்துள்ளன.

கண்ணாரேந்தல் (அ.மணக்குடி ஊராட்சி)

கொசக்குடி (சனவேலி ஊராட்சி)

கொல்லன்பச்சேரி (தும்படைக்காகோட்டை ஊராட்சி)

செட்டியேந்தல் (இராதானூர் ஊராட்சி)

செட்டிய கோட்டை (காவனக்கோட்டை ஊராட்சி)

செம்பிலான்குடி (கள்ளிக்குடி ஊராட்சி)

தாழியாரேந்தல் (கள்ளிக்குடி ஊராட்சி)

செட்டியமடை (இராஜசிங்கமங்கலம் பேரூராட்சி)

இவற்றுள், கன்னாரேந்தல், செம்பிலான்குடி எனும் இரு ஊர்ப்பெயர்களும் அவற்றின் தொழில்நிலையால் நெருங்கிய உறவுடையவை. செம்பு உள்ளிட்ட உலோகப்பொருள் வடிவமைப்பில் ஈடுபடுவோர் 'கன்னார்' எனப்படுவர். சிலப்பதிகாரக் காப்பியத்தில் (இந்திரவிழவூரெடுத்த காதை) புகார் - மருவூர்ப்பாக்கத்தில் இடம்பெறும் தொழில்சார்ந்த தெருக்களில் 'செம்பு செய்குநர்' அமைந்துள்ள தெருவும் குறிப்பிடப்பெற்றுள்ளது.

> **'கஞ்ச காரரும் செம்புசெய் குநரும்**
>
> **மரங்கொஃ றச்சரும் கருங்கைக் கொல்லரும்**
>
> **கண்ணுள் வினைஞரும் மண்ணீட் டாளரும்'** (சிலப்.5:28-30)

எனும் இப்பாடற்பகுதியில் இடம்பெற்றுள்ள கஞ்சகாரர், செம்பு செய்குநர் பற்றிய உரையாசிரியர்களின் குறிப்பு வருமாறு:

அரும்பத உரைகாரர் உரை

கஞ்சகாரர் - வெண்கலம் விற்பார், கன்னார்.

செம்பு செய்குநர் - செம்பு கொட்டுவார்.

அடியார்க்கு நல்லார் உரை

கஞ்சகாரர் - வெண்கலக் கன்னார்.

செம்பு செய்குநர் - செம்பு கொட்டிகள்.

"கலத்தைச்செய் கஞ்சகாரர் கன்னுவர் கன்னாராகும்" (மக்கட்பெயர்த் தொகுதி-31)

[கன்னார் பெயர் = கஞ்சகாரர், கன்னுவர்]

என்கிறது சூடாமணி நிகண்டு.

பொன், செம்பு உள்ளிட்ட உலோகங்களிலிருந்து நுண்ணிய வேலைப்பாடமைந்த பொருட்களைச் செய்வோர் கம்மியர், கம்மாளர் எனும் பொதுச்சொற்களால் குறிக்கப் பெற்றுள்ளனர். கம்மியர் (*நற்.153:2, மதுரைக்.521*), கம்மியன் (*நற்.94:4, 313:2, 363:4; புறம்.353:1*) எனும் பெயர் குறித்த பதிவுகள் சங்க இலக்கியங்களிலும் காணப்படுகின்றமை கொண்டு இச்சொல்லின் தொன்மையை அறியலாம். மேலே குறிப்பிட்ட கன்னார்(செம்பு உள்ளிட்ட உலோகப்பொருள் வடிவமைப்பில் ஈடுபடுவோர்) என்போரும் கம்மாளர் எனும் வகைப்பாட்டினுள் அடங்குவர்.

'கம்மாளர் – கம்மியர், கன்னார், கொல்லர், சிற்பர், தச்சர், தட்டார்' (2014:390)

எனப் பொருள் குறிக்கின்றது தமிழ்மொழி அகராதி.

இத்தகைய 'கன்னார்' எனும் தொழில்செய்குநர் மிகுதியும் வாழ்ந்த குடியிருப்பே கன்னாரேந்தல் என்பதாகும். சேதுபதி மன்னர்களது ஆட்சிக்காலத்தில் இத்தகைய தொழில்செய்குநர்க்கும் 'செம்பு வரி' எனும் பெயரில் தனி வரி விதித்துள்ளதன்வழி இவர்கள் பெற்றுள்ள முக்கியத்துவத்தையும் இவர்களது நிலையான இருப்பையும் ஓரளவு புரிந்துகொள்ள முடிகின்றது. குடியான இவர்களது இருப்பிடம் இராமநாதபுரம் மாவட்டத்தில் அமைந்துள்ள திறம் பற்றிச் (செம்பு வரி எனும்) செப்பேட்டுக் குறிப்புவழிப் பின்வருமாறு மதிப்பிட்டுள்ளார் எஸ்.எம்.கமால்.

> **இந்தச் செப்பேடு வழங்கப்பட்ட பதினேழாம் நூற்றாண்டின் (கி.பி.1673) பிற்பகுதியில், இராமநாதபுரம் சீமையில் பரங்கிகளது நடமாட்டம் மிகுந்ததால், செம்பு (உலோகம்) இறக்குமதி பரவலாக ஏற்பட்டு, செம்பினாலான பொருட்கள் தயாரிக்கும் நிலை ஏற்பட்டதால், அந்தத் தொழிலுக்கு இந்தப் புதிய வரி ஏற்பட்டிருக்க வேண்டும் என ஊகிக்க இடமுள்ளது. அந்தத் தொழிலில் ஈடுபட்டவர்கள் "கன்னார்" என அழைக்கப்பட்டனர். அவர்களது குடியிருப்புகளும் கன்னார் இருப்பு (கமுதி வட்டம்), கன்னார் ஏந்தல், கன்னார் மிஞ்சி (திருவாடானை வட்டம்), கன்னார் பொதுவன் (முதுகுளத்தூர் வட்டம்) இராமநாதபுரம் சீமையில் இருந்ததை இந்த ஊர்ப்பெயர்கள் நினைவூட்டுகின்றன** (1992:246)

இத்தகு 'கன்னார்' வாழ்ந்த கன்னாரேந்தலே இன்று கண்ணாரேந்தல் (*அ.மணக்குடி ஊராட்சி*) எனத் திரித்து வழங்கப் பெறுகின்றது. Aphabetical list of Villages in the Taluks and Districts of the Madras Presidency (1933:528) எனும் ஆவணத் தொகுப்பில், *(திருவாடானை தாலுகா எனும் பகுப்பின்கீழ்)*

    kannarendal - கண்ணரேந்தல்

    kannariyendal - கன்னாரியேந்தல்

எனக் குறிக்கப் பெற்றுள்ளமை இவ்வூரை மையப்படுத்திய வையே! தற்போதைய நிலையில் இத்தொழில் செய்யும் குடி வழியினர் இவ்வூரில் எவரும் இல்லை; முற்காலத்தில் வாழ்ந்திருக்கலாம் எனும் செய்தியையே களஆய்வின்போது பெற முடிந்தது.

இதேபோன்று, இத்தொழிலோடு தொடர்புடைய குடியினர் வாழ்ந்த பிறிதோர் ஊரே செம்பிலான்குடி ஆகும்.

> இந்தச் செப்பேடு வழங்கப்பட்ட பதினேழாம் நூற்றாண்டின் பிற்பகுதியில், இராமநாதபுரம் சீமையில் பரங்கிகளது நடமாட்டம் மிகுந்ததால், செம்பு (உலோகம்) இறக்குமதி பரவலாக ஏற்பட்டு, செம்பினாலான பொருட்கள் தயாரிக்கும் நிலை ஏற்பட்டதால், அந்தத் தொழிலுக்கு இந்தப் புதிய வரி ஏற்பட்டிருக்க வேண்டும் என ஊகிக்க இடமுள்ளது... இதனைப் போலவே செம்பு சம்பந்தப்பட்ட ஊர்களும் இந்தச் சீமையில் இருப்பது குறிப்பிடத்தக்கது. அவையாவன : செம்பன் ஊர், செம்பன்குடி (முது வட்டம்), செம்படக்கி (முதுவட்டம்), செம்புலான்குடி (பரமக்குடி, திருவாடானை வட்டம்) (1992:246)

எனச் செம்பிலான்குடி பற்றிக் கருத்துரைத்துள்ளார் எஸ்.எம். கமால். செம்பிலான்குடியானது கள்ளிக்குடி ஊராட்சிக்கு உட்பட்ட ஊராகும். முன்னர்க் குறிப்பிட்ட கன்னாரேந்தல் அ.மணக்குடி ஊராட்சிக்கு உட்பட்ட ஊராகும். இவ்விரு ஊராட்சிகளும் அடுத்தடுத்த ஊராட்சிகள் எனும் அளவில் மிக அண்மையினவை. மேலும், செம்பிலான்குடிக்கும் கன்னாரேந்தலுக்கும் இடைப்பட்ட தொலைவு 3 கி.மீ. ஆகும். எனவே, தொழில்நிலையில் ஒன்றுபட்ட குடியினர் அடுத்தடுத்த ஊர்களில் குடியிருந்துள்ளனர் என்பது தெரிகின்றது. எனினும், இக்காலத்தில் இத்தொழில் செய்யும் குடிவழியினர் இவ்வூரில் எவரும் இல்லை; முற்காலத்தில் வாழ்ந்திருக்கலாம் எனும் செய்தியையே களஆய்வின்போது பெற முடிந்தது. இவ்விரு ஊர்களிலும் நெல் விளைச்சலே முதன்மைத் தொழிலாக அமைந்து திகழ்கின்றது.

கொசக்குடி (சனவேலி ஊராட்சி), தாழியாரேந்தல் (கள்ளிக்குடி ஊராட்சி) ஆகிய இரு ஊர்ப்பெயர்களும் அவற்றின் தொழில்நிலையால் நெருங்கிய உறவுடையவை. இரு ஊர்களிலும் 'மட்கலம்' உருவாக்கும் தொழில்புரியும் குயவர்கள் அதிகம் வாழ்ந்துள்ளனர். அவர்கள் செய்யும் தொழில் அடிப்படையில் உருவானவையே இவ்விரு ஊர்ப்பெயர்கள்.

Alphabetical list of Villages in the Taluks and Districts of the Madras Presidency (1933:529) எனும் ஆவணத் தொகுப்பில் கொசக்குடி எனும் ஊரானது, (திருவாடானை தாலுகா எனும் பகுப்பின்கீழ்) kulakkudi kusakkudi - குளக்கடி குசக்குடி எனக் குறிக்கப் பெற்றுள்ளது. (ஆங்கிலத்தில் 'kulakkudi' என்றும், தமிழாக்கத்தில் 'குளக்கடி' என்றும் மாறுபடக் குறிக்கப்பெற்றுள்ளமை குழப்பத்தை மிகுவிக்கின்றது. குளக்கடி என்பது தட்டச்சில் நேர்ந்த பிழையாகலாம்!)

அவற்றுள்ளும் தாழியாரேந்தல் எனும் ஊரின் முன்னொட்டுப் பெயரானது பெருங்கற்காலச் சமூக அடையாளங்களுள் ஒன்றான முதுமக்கள் தாழியோடு தொடர்புற்று நிற்கின்றது. பெருங்கற்காலப் பண்பாட்டு அடையாளங்களாக,

1. கற்பதுக்கை (Cist)

2. கற்குவை (Cairn)

3. பரல் உயர் பதுக்கை (Cairn Circle)

4. கற்கிடை (Dolmen)

5. நெடுநிலைக்கல் (Menhir)

6. குடைக்கல் (Umbrella Stone)

7. தொப்பிக்கல் (Hood Stone)

8. நடுகல் (Hero Stone)

9. முதுமக்கள் தாழிகள் (Urns)

என்பனவற்றை வரலாற்றாய்வாளர்கள் குறிப்பர் என்பார் க.பாலாஜி (2013:1,2). மேலும், ஒருங்கிணைந்த இராமநாதபுரம்

மாவட்டத்தின் ஒரு பகுதியாகத் திகழ்ந்து தற்போது தனி மாவட்டமாகத் திகழும் சிவகங்கை மாவட்டத்தில் நிலவிய பெருங்கற்காலப் பண்பாடு தொடர்பாக ஆய்வு நிகழ்த்திய அவர், அம்மாவட்டத்திலுள்ள மாந்தாழி, தாழிக்குளம்(தாலிக்குளம்), கற்படை ஆகிய ஊர்ப்பெயர்களைப் பெருங்கற்காலச்சின்னங்களைக் குறிக்கும் ஊர்ப்பெயர்களாக அடையாளப்படுத்தியுள்ளார் (2013:54-59). தாளியாரேந்தல் எனும் பெயரில் இராமநாதபுரம் மாவட்டம் - முதுகுளத்தூர் வட்டத்திலும் ஓர் ஊர் உள்ளது என்பது குறிப்பிடத்தக்கது.

தாழியாரேந்தல் எனும் ஊரும் கொசக்குடி எனும் ஊரும் கோட்டைக்கரை ஆறு எனும் சிற்றாறு செல்லும் நீர்வழிப் பாதையிலேயே அமைந்துள்ளன என்பது கூடுதல் செய்தி. தாழி உள்ளிட்ட மட்கலங்களைத் திறம்பட வனைவதற்குரிய மண்ணானது உவர்ப்புத் தன்மையற்ற நிலையில் அமைதல் இன்றியமையாதது. மேலும் நீரும் நன்னீராய் அமைதல் வேண்டும். இத்தகு நேர்மறை இயல்புகளுக்கு ஆற்றுப்பாங்கான இடமே ஏற்புடையது. எனவே, ஆற்றோரம் அமைந்துள்ள இவ்விரு ஊர்களில் மட்கலத் தொழில் மேற்கொண்டதில் வியப்பேதும் இல்லை.

இவ்விரு ஊர்களில் மேற்கொள்ளப்பெற்ற களஆய்வின்வழி அறிந்த செய்திகள் பின்வருமாறு:

தாழியாரேந்தல்

- தாழியாரேந்தல் என இவ்வூர்ப்பெயர் அரசு ஆவணங்களில் வழங்கப்பெற்றாலும் தாழியேந்தல் என்றே இவ்வூர்ப்பெயர் இப்பகுதி மக்களால் வழங்கப்பெறுகின்றது. எனினும், இவ்வூரை அடையாளப்படுத்தும் எல்லைக் கல், அரசின் நலத்திட்டம் வழங்கல் அறிவிப்புப் பலகை ஆகியவற்றில் தாளியரேந்தல் என மாறுபட்டுப் பதிவிடப் பெற்று வருகின்றமை குறிப்பிடத்தக்கது.

தாழியாரேந்தல் - எல்லைக்கல்லில் பிழையான பெயர்ப்பதிவு

(தாழியாரேந்தல் - ஊரக வளர்ச்சித்துறைத் திட்டப் பெயர்ப்பதிவு)

- சுமார் 30ஆண்டுகட்கு முன்புவரை இருபதுக்கும் மேற் பட்ட குடிகள் வாழ்ந்து வந்ததாகவும் தற்போது எவரும் அவ்வூரில் இல்லை எனும் உண்மைநிலையைக் காண முடிந்தது. அவ்வூரில் அப்போது குயவர்(தற்போது வேளார்), மறவர், அகமுடையார் உள்ளிட்ட குடியினர் வாழ்ந்து வந்ததாகவும், தற்போது அக்குடியினர் அண்மைய ஊர்களான கன்னாரேந்தல், கோவில்வாசல், அழியாதான்மொழி, வெட்டுக்குளம் உள்ளிட்ட

ஊர்களுக்குக் குடிபெயர்ந்து சென்று விட்டதாகவும் தகவல் பெற முடிந்தது [குடிபெயர்ந்ததற்கான காரணம் சர்ச்சைக்குரிய வகையில் அமைந்ததனால் பாதுகாப்புக் கருதித் தகவல் தந்தோரின் பெயர்கள் இங்குப் பதிவிடப் பெறவில்லை].

- அரசு ஆவணப் பதிவிலுள்ள 'தாழியாரேந்தல்' எனும் ஊர்ப்பெயருக்கும் முதுமக்கள் தாழிக்கும் தொடர்பு இருத்தல் வேண்டும் எனும் கருதுகோளின் அடிப்படையில் இவ்வூர்ப் பகுதியில் (இவ்வூரில் முன்னர்க் குடியிருந்த ஒரு குடியானவர் கூறிய தகவலின்பேரில்) களஆய்வு மேற்கொண்டபோது, (குடியிருப்புப் பகுதியாக அமைந்த மேட்டுநிலத்தின் சரிவில், உடைந்த தாழிகளின் ஓடுகள் சிதைந்து மண்ணுக்குள் புதைந்த வண்ணம் காணப்பெற்றன. சிறு குச்சியினைக் கொண்டு மண்ணைக் கிளறியபோது மிகுதியான ஓடுகளைக் காண முடிந்தது.

(தாழியாரேந்தலில் கண்டெடுக்கப்பெற்ற தாழி ஓடுகள்)

கொசக்குடி

• கொசக்குடி என இப்பொழுது (ஆவணங்களிலும்) இவ்வூர்ப்பெயரானது வழங்கப்பெற்றாலும் குயவர்குடி என்பதே இவ்வூரின் தெளிவான வடிவமாதல் வேண்டும் [இராமநாதபுரம் மாவட்டம் - நயினார்கோயில் ஊராட்சி ஒன்றியம் - ஆட்டாங்குடி எனும் ஊராட்சிக்கு உட்பட்ட ஊர்களுள் ஒன்றாகக் 'குயவனேந்தல்' எனும் ஊர் உள்ளது. அவ்வூரானது தற்போது பேச்சுவழக்கில் 'கொசவனேந்தல்' என்றே அப்பகுதி மக்களால் வழங்கப்பெற்று வருகின்றது].

(கொசக்குடி - எல்லைக்கல் பதிவு)

• மண்பாண்டத் தொழில்புரியும் குயவர் குடியானது 'கொச வீடு' என்றே பேச்சுவழக்கில் அழைக்கப்படுகின்றது. இதன் தொடர்ச்சியே கொசக்குடி எனும் திரிபுப் பெயர்.

கொசக்குடி, தாழியாரேந்தல் உள்ளிட்ட ஊர்களில் குயவர்கள் உருவாக்கிய தாழி என்றவுடனேயே அது இறந்தோர்களைப் புதைக்கப் பயன்படுத்தப்பெறும் 'முதுமக்கள் தாழி' எனும் பொது மனநிலையானது இன்று பலர்க்கும் அமைந்து விடுகின்றது. பழந்தமிழர்கள் தங்கள் இல்லங்களில் இயல்பாகப் பயன்படுத்திய புழங்குபொருட்களில் ஒன்றாகவும் தாழி அமைந்துள்ளது. இதற்குச் சங்க இலக்கியப் பதிவுகளே சான்று. சங்க இலக்கியங்களில் 10 இடங்களில் தாழி எனும் சொல் பயன்கொள்ளப் பெற்றுள்ளது.

"மாயிருந் தாழி கவிப்பத்
தாவின்று கழிகஎற் கொள்ளாக் கூற்றே" (நற்.271:11-12)

"தாழிமுதற் கலித்த கோழிலைப் பருத்தி" (அகம்.129:7)

"தாழிக் குவளை வாடுமலர்" (அகம்.165:11)

"ஓங்குநிலைத் தாழி மல்கச் சார்த்திக்
குடையடை நீரின் மடையினள் எடுத்த
பந்தர் வயலை" (அகம்.275:1-3)

"தாழியும் மலர்பல அணியா" (அகம்.369:6)

"கண்ணகன் தாழி" (புறம்.228:12)

"கவிசெந் தாழிக் குவிபுறத்து இருந்த
செவிசெஞ் சேவலும் பொகுவலும்" (புறம்.238:1-2)

"கலஞ்செய் கோவே கலஞ்செய் கோவே
...
வியன்மலர் அகன்பொழில் ஈமத் தாழி
அகலி தாக வனைமோ
நனந்தலை மூதூர்க் கலஞ்செய் கோவே" (புறம்.256:1-7)

"தாழிய பெருங்காடு" (புறம்.364:13)

"மன்னர் மறைத்த தாழி
வன்னி மன்றத்து விளங்கிய காடே" (பதி.44:22-23)

எனும் இப்பதிவுகளில் இடம்பெற்றுள்ள தாழியின் வடிவம், பயன்பாடு பற்றிய செய்திகள் பின்வருமாறு:

- தாழி பெரியது; கரிய நிறமுடையது; இறந்தவரைத் தன்னுள் அடக்கும் அளவினது *(நற்.271:11-12)*.
- தாழியாகிய பாண்டத்தில் பருத்திச் செடி வளர்ப்பு (இக்காலத்தில் மண்தொட்டியில் செடி வளர்ப்புப் போல) *(அகம்.129:7)*
- தாழியாகிய பாண்டத்தில் குவளை எனும் நீர்த்தாவரம் வளர்ப்பு *(அகம்.165:11)*

- தாழி உயரமானது. அதனுள் வயலைக்கொடி வளர்ப்பு (அகம்.275:1-3)
- மலரும் தன்மையிலான செடிகொடிகள் தாழியில் வளர்ப்பு (அகம்.369:6)
- இடம் அகன்ற தன்மையுடையது தாழி (புறம்.228:12)
- சிவந்த நிறமுடையது தாழி. இறந்தவரது உடலைத் தாழியினுள்ளே வைத்துப் புதைப்பர். தாழியின் வாய்ப்புறம் குவிந்திருக்கும் (புறம்.238:1-2)
- தாழி உள்ளிட்ட மட்கலம் செய்வோர் 'கோ' எனும் பெயரால் அழைக்கப்பெற்றுள்ளமை (புறம்.256:1-7)
- இறந்தவரது உடலைத் தாழியினுள்ளே வைத்து இடுகாட்டினுள் புதைப்பர் (புறம்.364:13)
- போரில் இறந்த மன்னனின் உடலைத் தாழியில் மறைத்து (அடக்கி) வன்னி மரங்கள் நிறைந்த காட்டில் புதைப்பர் (பதி.44:22-23)

இதன்வழித் தாழியின் அமைப்பு மற்றும் பயன்பாடாகப் பின்வருவனவற்றைக் குறிப்பிடலாம்.

- தாழி பெரியது, உயரமானது, இடமகன்ற உள்ளீடு உடையது.
- கருநிறம், செந்நிறத்தில் தாழியின் நிறம் அமைந்துள்ளது.
- மனையில் செடிகொடிகளை வளர்ப்பதற்குத் தாழி பயன்படுத்தப் பெற்றுள்ளது.
- தாழியின் வாய்ப்புறம் குவிந்திருக்கும்.
- இறந்தவரின் உடலைத் தாழியினுள் இட்டுப் புதைப்பர்.
- தாழி உள்ளிட்ட மட்கலம் செய்வோர் 'கோ' எனும் பெயரால் அழைக்கப்பெற்றுள்ளனர்.
- இறந்தவரைப் புதைப்பதற்குரிய தாழி 'ஈமத்தாழி' என அழைக்கப்பெற்றுள்ளது.

எனவே, தாழியானது மங்கலம், அமங்கலம் ஆகிய இரு நிலைகளிலும் பழந்தமிழ் மக்களால் பயன்படுத்தப் பெற்றுள்ள தனைச் சங்கப்பாடல்களில் இடம்பெற்றுள்ள தாழி பற்றிய பதிவுகளின்வழி அறிய இயலுகின்றது.

மட்கல உருவாக்கத் தொழிலோடு தொடர்புடைய ஊர்களான கொசக்குடி, தாழியாரேந்தல் எனும் இவ்விரு ஊர்களுக்கு இடையே (திருச்சி-இராமேஸ்வரம் தேசிய நெடுஞ்சாலையிலிருந்து 500மீ. தொலைவில்) அமைந்துள்ள செங்கமடை (புல்லமடை ஊராட்சி) எனும் ஊரின் அருகே, கோட்டைக்கரை ஆற்றின் கீழ்க்கரையையொட்டி அமைந்துள்ள (செங்கமடைக் கோட்டை) பழங்காலக் குளத்தைச் சுற்றிலும் முதுமக்கள் தாழிகள் புதைந்துள்ளதனை அடையாளம் கண்டு, அதுபற்றிய தரவுகளைத் தம் வலைப்பூப் பதிவில் வெளிப்படுத்தியுள்ளார் வே.ராஜகுரு. இக்குளத்தையொட்டியே சேதுபதிகளின் காலத்தில் செங்கல்கொண்டு கட்டப்பெற்ற கோட்டை திகழ்கின்றது (படங்கள் - பின்னிணைப்பு: 6). முதுமக்கள் தாழிகளைக் கொண்டுள்ள இக்குளமானது தொல்லியல் ஆய்வுநிலையில் கவனம் பெறவில்லை என்றே சுட்டலாம். இப்பெருங்கற்காலச் சின்னம் குறித்து வே.ராஜகுரு குறிப்பிட்டுள்ள களஆய்வுத் தரவுகள் பின்வருமாறு:

> கி.பி. 1713 முதல் 1725 வரை சேதுநாட்டை ஆண்ட விஜய ரெகுநாத சேதுபதி தன் ஆட்சிக்காலத்தில் மூன்று கோட்டைகள் கட்டி உள்ளார். கமுதி, பாம்பன் ஆகிய ஊர்களைப் போன்று இராசசிங்கமங்கலம் அருகில் செங்கமடையில் கோட்டைக்கரை என்னும் ஆற்றின் கரையில் அறுகோண வடிவில் ஆறு முகங்களுடன் கட்டப்பட்ட இந்தக் கோட்டை ஆறுமுகம்கோட்டை எனப்படுகிறது. இது முழுவதும் செங்கற்களால் கட்டப்பட்டுள்ளது.
>
> இக்கோட்டையைச் சுற்றி அகழி அமைக்கப்பட்டு, தற்போது அது தூர்ந்த நிலையில் உள்ளது. பிரஞ்சுக் கட்டடக்கலையில் அமைக்கப்பட்ட இக்கோட்டையில் வீரர்கள் தங்குவதற்கு அறைகள் அமைக்கப்பட்டுள்ளது. இதன் நடுவில் முனீஸ்வரர், கருப்பசாமி கோவிலும் அதன் அருகில் குளமும் உள்ளது. இக்குளம், கோவில் ஆகியவை கோட்டை கட்டிய காலத்திலேயே அமைக்கப்பட்டவை. குளத்தின் உள்பகுதியில் முன்னூறு ஆண்டுகளுக்கு முந்தைய செங்கல் கொண்டு கட்டப்பட்ட அமைப்பு உள்ளது.
>
> சமீபத்தில் நானும் இராமநாதபுரம் இராமலிங்க விலாசம் அரண்மனைக் காப்பாட்சியர் திரு சக்திவேலுவும் அந்தக் கோட்டையை ஆய்வு செய்தபோது அங்குள்ள குளத்தைச் சுற்றிலும் பெருங்கற்கால நினைவுச் சின்னங்கள்(முதுமக்கள் தாழிகள்) கண்டெடுக்கப்பட்டன. பெருங்கற்காலம் என்பது கி.மு.1000 முதல் கி.மு.300 வரை உள்ள காலத்தைச் சேர்ந்தது.

பெருங்கற்கால நினைவுச்சின்னங்கள் கண்டெடுக்கப்படுவது இராமநாதபுரம் மாவட்டத்தில் இதுதான் முதல்முறை ஆகும். (இராஜசிங்கமங்கலம் தொன்மைச் சிறப்புகள், http://thiruppullaniheritageclub.blogspot.com posted on 14, May 2015)

(குளக்கரையில் புதைந்துள்ள தாழிகள்)
(படங்கள்: வே.ராஜகுரு)

மேலே காட்டப்பெற்றுள்ள படங்கள் 2015இல் பதிவிடப் பெற்றவை. இப்படங்களை ஆதாரமாகக் கொண்டு 2020இல் (25.8.2020) மேற்கொள்ளப்பெற்ற களஆய்வின்போது இப் படங்கள் சுட்டியுள்ள இடத்தை அடையாளங்காண இயல வில்லை (உள்ளூர் நபரின் துணைகொண்டு தேடியும் இயல வில்லை). கடந்த காலங்களில் கோயில் புனரமைப்பு, குளத்தைத் தூர்வாருதல், குளக்கரை மேம்பாடு செய்தல் என்பன போன்ற செயல்களால் நேர்ந்த மாற்றமே இயலாமைக்குக் காரணமாகும். களஆய்வுக்குச் சென்ற நாளிலும் குளக்கரையில் சிதைந்து காணப்படும் கோட்டையைச் சுற்றிலும் உள்ள கருவேல முட் புதர்களைக் கனரக இயந்திர வாகனம் (JCB) கொண்டு அகற்றித் தூய்மை செய்யும் பணி நடைபெற்றுக் கொண்டிருந்ததனைக் காண முடிந்தது (இதுபோல் குளக்கரையை அகலப்படுத்திச் செம்மை செய்யும் பணியின்போது மண்ணுள் புதைந்துள்ள முதுமக்கள் தாழிகள் சிதைக்கப்பட்டிருக்கலாம் என்பதனையும் ஊகிக்க முடிந்தது).

முதுமக்கள் தாழிகள் சிதைக்கப்பட்டதன் அடையாளமாக அக்குளக்கரையின் உள்ளும் புறமும் தாழிகளின் ஓட்டுத் துண்டுகள் பரவிக் கிடப்பதைக் காண முடிந்தது (காலப்போக்கில் அவையும் காணாமல் போகலாம். வரலாற்று அடையாளமானது அடையாளமின்றிப் போகலாம்). கருப்பு, சிவப்பு வண்ணத்திலான சிறு பானையோட்டுத் துண்டுகளையும் மேற்பரப்புக் கள ஆய்வின்போது காண முடிந்தது. (படங்கள் - பின்னிணைப்பு: 7)

கோட்டைக்கரை ஆற்றிலிருந்து 500 மீட்டர் தொலைவில் ஊருக்குப் புறத்தே அமைந்துள்ள இப்பகுதியானது ஒருகாலத்தில் ஈமக்காடாகத் திகழ்ந்திருத்தல் வேண்டும்.

ஆக, இவ்வாற்றோரப் பகுதியில் புதைந்துள்ள முதுமக்கள் தாழிகளின் உருவாக்க மையங்கள் தாழியாரேந்தல், கொசக்குடி ஆகிய ஊர்களாகலாம். இதனை வலியுறுத்தும் கருத்து வரைபடம் பின்வருமாறு:

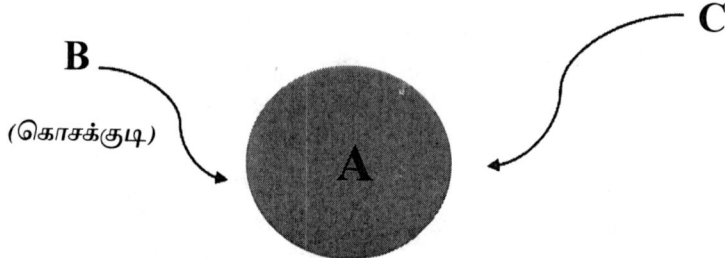

A - முதுமக்கள் தாழி அமைவிடம்

B - குயவர்கள் வாழ்ந்த/வாழும் கொசக்குடி எனும் ஊர்

C - குயவர்கள் வாழ்ந்த தாழியாரேந்தல் எனும் ஊர்

A ⟷ *B* = 7 கி.மீ.

A ⟷ *C* = 8 கி.மீ.

எனவே, பெருங்கற்கால வரலாற்று அடையாளம் தாங்கிய கோட்டைக்கரை ஆற்றுப்பகுதி (செங்கமடைக் கோட்டை), தாழியாரேந்தல், கொசக்குடி ஆகிய நிலப்பரப்புகளில் தொல்லியல் துறையினரால் முறையாக அகழாய்வு நிகழ்த்தப்பெறும்போது தென்தமிழக மண்ணின்/மக்களின் தொன்மையையும் பெருமை யையும் மேலும் முன்னோக்கிக் கொண்டு செல்லும் தன்மையிலான தொல்பழங்காலச் சான்றுகள் மேலும் கிட்டுவதற்கு வாய்ப்பு உள்ளது.

மண்ணில் வாழும் குடிகளின் தொழில் அடையாளத்தைச் சுமந்து நிற்கும் ஊர்ப்பெயர்கள் பல்வேறு வரலாற்றுத் தரவுகளையும் தன்னுள் பொதிந்து வைத்துள்ளன எனும் உண்மையையும் மறுப்பதற்கில்லை. இம்மண்ணில் இத்தொழில் திறம்பட மேற் கொள்ளப் பெற்றது என்பதனை வருங்காலம் அறியும்வண்ணம் எண்ணிறந்த ஆண்டுகட்கு முன்பே தம் ஊர்கட்குத் தொழில் அடையாளங்கொண்ட காரணப் பெயரிட்டழைத்த தமிழர்தம் வரலாற்றுணர்வானது அறிந்து பெருமிதம் கொள்ளத்தக்கது.

செட்டியேந்தல் *(இராதானூர் ஊராட்சி)*, செட்டிய கோட்டை *(காவனக்கோட்டை ஊராட்சி)*, செட்டியமடை *(இராஜசிங்க மங்கலம் பேரூராட்சி)* எனும் ஊர்ப்பெயர்கள் செட்டியார் எனும் வணிகக் குடியினரை மையமிட்ட பெயர்களாக அமைந்துள்ளன. ஆனால், தற்போது இவ்வூரகப் பகுதிகளில் இவ்வணிகக் குடியினரின் குடிகள் ஏதும் இல்லை. முன்பொரு காலத்தில் இப்பகுதியில் வாணியச் செட்டியார் குடும்பம் இவ்வூரில் வாழ்ந்ததாகவும், பின்னர் தொழில்நிமித்தம் நகர்ப்புறங்களுக்குக் குடிபெயர்ந்து சென்றதாகவும் தகவல் பெற முடிந்தது *[மு.ராமநாதன் (54), செட்டியகோட்டை]*. நகர்மயமான இராஜ சிங்கமங்கலம் பேரூராட்சிப் பகுதியில் இக்குடிகளை அடையாளங் காண்பதும் சிக்கலான பணியாக உள்ளது குறிப்பிடத்தக்கது. சேதுபதிகளின் ஆட்சிக்காலத்தில்,

> சாராயக் குடிகள், இடைகுடி, வாணியர் குடி போன்றோரும் 18 சாதியினரும் தம் வாணிகத்தில் ஈடுபட்டிருந்தனர் (1994:XX)

எனக் குறிப்பிடுவார் செ.இராசு. இங்குக் குறிப்பிடப்பெறும் வாணியர்குடி என்பது செட்டியார் குடியே!

சேதுபதிகளின் ஆட்சிக்காலத்தில் இராமநாதபுரம் - தேவிபட்டினத்துக்கு அருகிலுள்ள கலையனூர்-பெருவயலில் உள்ள ரணபலி முருகன் கோயிலுக்கு நெய்வேத்தியம் செய்தல், திருமாலை சாற்றல், திருவிளக்கு ஏற்றல், மண்டபம் கட்டுதல், திருவிழா நிகழ்த்துதல், திருநந்தவனம் அமைத்தல் என்பன போன்ற செயல்பாடுகளுக்காக அரசர் முன்னிலையில் பல கொடைகளை வழங்கியுள்ளனர் செட்டியார் குடியினர். இதுகுறித்த செப்பேட்டுப் பதிவு வருமாறு:

பெருவயல் செப்பேடு

அரசர்: முத்துக்குமார விசைய ரகுநாத சேதுபதி காத்த தேவர்

தானம் அளித்தவர்கள்: சேதுராசன்பேட்டை வணிகர்கள், இராமநாதபுரம்

காலம் : 29-3-1741

... பெருவயல் ரணபலி முருகசுவா

மியாருக்குச் சேதுராசாவின் பேட்டை பலராவண பொம்மு செட்டியா

ர் மாணிக்கன் செட்டியார் வயிரவன் செட்டியார் சிவசங்கரன்செட்டியார்

வயிரவன் செட்டியார் முதலாகிய பலரும் மத்துமுள அன்பத்தாறு தேசத்து

ப்பலரும் மகமை நிறுத்திக் கொடுத்த பரிசாவது ரணபலி முருகன் சுவாமிமுருகன்

சூற்பகை செட்டி குமரன் என்ற முன்னோர்கள் நூலின்படிக்கு எங்கள் செட்டுவியா

பாரத்துக்குக் குருமூர்த்த கர்த்தற்ராகிய ரணபலிமுருக சுவாமியாகச்சே சு

வாமியாருக்கு அபிஷேக நெய்வேதனம் திருமாலை திருவிழக்கு முதலாகிய

சோடசோபகாரத்துக்கு மண்டபம் கட்டிவிக்கிறதுக்கு திருவிழா உச்சபமண்ட

பப்படி தர்மம் நடத்தைக்கும் திருநந்தவன முதலாகிய கயின்கிரியங்களு

க்கு மகமை நிறுத்திக்குடுத்த பரிசாவது... (1994:370-372)

இதுபோன்ற திருக்கொடை வழங்கிய செட்டியார் எனும் வணிகக்குடியினரைப் பெருமைப்படுத்தும் விதமாகச் சேதுபதி குடியினரால் உருவாக்கம் பெற்ற ஊர்ப்பெயர்களாக மேற்குறித்த செட்டியேந்தல், செட்டிய கோட்டை, செட்டியமடை என்பன அமையலாம்.

தொழில் அடையாளம் கொண்ட ஊர்களுள் தனித்து நிற்கும் ஓர் ஊர்ப்பெயர் கொல்லன்பச்சேரி ஆகும். இவ்வூரில் பள்ளர் சமூகத்தினரே வசிக்கின்றனர். உழவுக்குரிய இரும்புக்கருவியான கலப்பைக்குரிய கொழு, மண்வெட்டி, கருக்கரிவாள், களைக் கொட்டு உள்ளிட்டவற்றை வடிவமைக்கும் தொழில் செய்யும் 'கொல்லர்' எனும் குடியை மையப்படுத்தியதாக இவ்வூர்ப் பெயர் அமைந்திருக்கலாம் என ஊக அடிப்படையிலேயே இவ்வூர்ப்பெயர் பற்றிய தகவலை அறிய இவ்வூர்க்குச் செல்ல நேர்ந்தது. ஆனால் களஆய்வின்போது இதற்கு மாறுபட்ட தரவுகளையே பெற முடிந்தது.

'இவ்வூரின் நிலவெல்லை என்பது வெறும் 1/2 ஏக்கர் பரப்பளவு கொண்ட ஒரு மேட்டுப்பகுதியே! எனக்குத் தெரிந்து நான்கைந்து தலைமுறையாக இவ்வூரில் குடியிருப்போர் பள்ளர்குடியினர் மட்டுமே. நாளடைவில் இடப்பற்றாக்குறை காரணமாகப் பூர்வீகக் குடியினர் இவ்வூரிலேயே தொடர்ந்து வசிக்க முடியாத அளவுக்கு

இக்கட்டான சூழல் நேர்ந்தது. அவ்வமயம் நிலச் சீர்திருத்தச் சட்டம், நில உச்சவரம்புச் சட்டம் ஆகியன நடைமுறைப்படுத்தப் பட்டதன் விளைவாகத் தமிழகத்தில் 'நிலமற்ற விவசாயிகளுக்கு நிலம் வழங்கும் திட்டத்தின்கீழ்த்' தமிழக அரசு இவ்வூரிலுள்ள நிலமற்ற விவசாயிகளுக்கு இவ்வூரிலேயே நிலம்வழங்க நில மில்லாத காரணத்தால் இவ்வூரின் வடமேற்கேயுள்ள சூராணம் எனும் ஊரிலும் வடகிழக்கேயுள்ள பொன்மாரி எனும் ஊரிலும் நிலம் வழங்கியது. அரசின் இச்சலுகையைப் பெற்ற சிலர் இவ்வூரிலிருந்து குடிபெயர்ந்து அங்குக் குடியேறி விட்டனர். வேறு சிலர் பணிநிலை, போக்குவரத்து வசதி உள்ளிட்ட காரணங்களுக்காகப் பிற ஊர்களுக்குக் குடிபெயர்ந்துவிட்டனர். தகவலாளியாகிய நான் இவ்வூரைப் பூர்வீகமாகக் கொண்டவன் தான். ஆனால் தற்போது இவ்வூரிலிருந்து சுமார் 200மீட்டர் தொலைவில் நெடுஞ்சாலை ஓரத்தில் உள்ள ஊரான புலி வீரதேவன்கோட்டையில் நாற்பது ஆண்டுகட்கு முன்பு குடி யேறிவிட்டேன். தற்போது 2 குடிகள் மட்டுமே இவ்வூரில் உள்ளன. அவர்களும் பள்ளர்களே!

மற்றொரு செய்தி - தாங்கள் கூறுவதுபோல் இவ்வூர்ப்பெயர் கொல்லன்பச்சேரி கிடையாது. கொல்லான்பச்சேரி என்பதே இவ்வூர்ப்பெயரின் சரியான வடிவம். கொல்லர் தொழில் செய்வோர் யாரும் இங்கு இல்லை. கொல்லான் என்னும் பெயர் முற்காலத்தில் இவ்வூரில் ஆதிக்கம் செலுத்திய ஒரு குடியான வனின் இயற்பெயராகவோ சிறப்புப்பெயராகவோ இருக்கும். அதனை நிரூபிக்க நேரடியான சான்றுகள் ஏதும் இப்பகுதியிலும் இல்லை; அரசாங்கத்திடமும் இல்லை. அதேவேளை, இப் பகுதியில் பள்ளர் குடியினர் வாழும் பல ஊர்களின் பெயர்கள் இவ்வாறே அந்தந்த ஊர்களில் ஆளுமை செலுத்திய ஒரு தனி மனிதனின் பெயரிலேயே அமைந்திருப்பதனைக் காண முடியும். சான்றாக - இருவான்பச்சேரி, ஆவான்பச்சேரி, தளக்கான்பச்சேரி, மருதன்பச்சேரி, கருப்பக்குடும்பன்பச்சேரி, சொக்கன்பச்சேரி ஆகிய ஊர்களின் பெயர்களைக் குறிப்பிடலாம்' *[உ.நாகு(68), மேனாள் ஊராட்சிமன்றத் துணைத் தலைவர் - தும்படைக்காகோட்டை ஊராட்சி. கொல்லான்பச்சேரி, இருப்பு - புலிவீரதேவன் கோட்டை].*

ஆக, இவ்வூர்ப்பெயர் பற்றிய பதிவில் அரசின் பதிவுக்கும் (கொல்லன்) களஆய்வுத் தரவுக்கும் (கொல்லான்) முற்றிலும் பொருள்நிலையில் மாறுபட்ட தன்மையினைக் காண முடி கின்றது. 'Kollan patcheri' எனும் ஆங்கிலப்பதிவும் இத்தகைய இருவேறுபட்ட பெயர்ப்பதிவுக்குக் காரணமாகலாம் என்பதும் இவ்விடம் சுட்டத்தக்கது.

வரலாற்று அடையாளங் கொண்ட ஊர்ப்பெயர்களுள் குறிப் பிடத்தக்க ஓர் ஊர்ப்பெயர் சோழந்தூர் என்பதாகும். இவ்வூர்ப் பெயரில் இரு குடியிருப்புகள் அருகருகே உள்ளன. அவை, *i)* சோழந்தூர் *ii)* மேட்டுச் சோழந்தூர். இவ்வூர்ப்பெயரானது 'சோழ' எனும் அடையாளம் தாங்கித் தனித்துவம் பெறுகின்றது. எனினும், சோழ மன்னர்தம் அடையாளம் தொடர்பான எவ் விதமான புறச்சான்றுகளும் இப்பகுதியில் கிட்டவில்லை. அதே வேளை, இவ்வூர்ப் பெயரைச் சோழ மன்னன் முதலாம் ராஜ ராஜனின் பாண்டிய நாட்டு வெற்றியின் அடையாளமாக உருப் பெற்றதாகத் தம் நூல்களில் குறிப்பிட்டுள்ளார் எஸ்.எம்.கமால். இதுபற்றி அவர்,

> சோழர்கால ஆட்சியின் விளைவாக (பாண்டிய நாட்டில்) எழுந்த சிற்றூர்கள் சோழர்கள் பெயரால் நிலைபெற்று இன்றும் வழக்கில் இருந்து வருகின்றன. குறிப்பாக, சோழவந்தான் (சிவகங்கை வட்டம்) சோழந்தூர் (திருவாடனை வட்டம்) சோழபுரம் (இராஜபாளையம் வட்டம், சிவகங்கை வட்டம்) சோழன்குளம் (மானாமதுரை வட்டம், இராமேஸ்வரம் வட்டம்) சோழமுடி, சோழக்கோட்டை (சிவகங்கை வட்டம்) சோழப் பெரியான், சோழியக்குடி (திருவாடனை வட்டம்) சோழகன்பட்டி (திருப்புத்தூர் வட்டம்) ஆகியவை. அந்த சிற்றூர்களிலும், இராமநாதபுரம் வடக்கில் உள்ள தேவிப்பட்டினம் ராஜராஜசோழனது இல்லக்கிழத்தியான லோகமகா தேவியின் நினைவாக அமைக்கப்பட்ட ஊராகும். உலகமகா தேவிப்பட்டினம் என்பது தான் நாளடைவில் வழக்கில், பகுதி மறைந்து தேவிப்பட்டினம் என வழங்கி வருகின்றது. (1984:10)

எனக் குறிப்பிடுவதன்வழியும்,

> ... ராசசிங்கமங்கலம் கையிலாசநாத சுவாமி திருக்கோயில்
>
> அற்சன பாகத்துக்கு மந்திரநாத குருக்கள் புத்திரன் சங்கர
>
> லிங்கக்கு

ருக்களுக்கு இராசசிங்கமங்கலம் ஊருக்கடைக்குப் பரிவற்த்த

னையாக வி

ட்டுக்குடுத்த கிறாமமாவது வரகுண வளநாட்டு பிரமதேச

மான புவ

னேசுவரி புரத்துக்கு பிரதிநாமமான முடித்தனாவயமுளு

தும் சஹிரண்

யோதக தாராபூருவமாக தானம் பண்ணின படியினாலே

ஆண்டு கொள்வாராகவும் முடித்தனாவயலுக்கு எல்கை

யாவது

கருங்குடி கண்மாய்க்கு மேற்கு சோளந்தூர் வயலுக்கு வடக்கு பொ

ன்மாரி வயலுக்கு கிளக்கு அத்தானூர் கண்மாய்க்கு தெற்

கு இன்னா

ன்கெல்லைக்குள்ப்பட்ட... *(முத்துராமலிங்க விஜயரெகுநாத சேதுபதி செப்பேடு, 13.6.1783)*

எனும் செப்பேட்டுக் குறிப்புக்கு விளக்கம் கூறும்நிலையில்,

> இந்த ஊருக்கு (புவனேசுவரிபுரம் எனும் ஊரின் மற்றொரு பெயரான முடித்தனாவயல் எனும் ஊருக்கு) அண்மையிலேயே உலகமகாதேவிபட்டினம் என்ற இந்த ஊரும் ஏற்பட்டிருப்பது குறிப்பிடத்தக்கது. இவ்விரண்டு ஊர்களும் ராஜராஜ சோழனது பாண்டிய நாட்டுப் படையெடுப்பின் பொழுது ஏற்பட்டனவாகும் (1992:600)

என அவர் குறிப்பிடுவதன்வழியும் புரிந்துகொள்ள முடிகின்றது.

மேலும், இச்செப்பேட்டுக் குறிப்பில் முடித்தனாவயலுக்குத் தெற்கே உள்ள ஊராகச் சோழந்தூர் குறிப்பிடப் பெற்றுள்ளது (கல்வெட்டு, செப்பேடுகளில் ள-ல-ழ-ர-ற-ன-ண எழுத்துக்கள் இடமாற்றம் பெற்றுத் திகழ்வது எழுத்துப் பொறிப்பாளரின் கல்வியறிவு சார்ந்த ஒன்றாகும்). இவ்விரு ஊர்களுக்கும் இடைப்பட்ட தூரம் 2 கி.மீ. ஆகும். எனவே, சோழந்தூர் எனும் ஊர்ப்பெயரானது ஏதோவொரு வரலாற்றுக் குறிப்பினைத் தாங்கி நிற்கும் ஊர் என ஊகிக்க இயலுகின்றது. அதனைத் தெளிவுற அறியும் வகையிலான அக, புறச் சான்றுகள் ஏதும் கிட்டவில்லை.

இவ்வூரில் திறந்தவெளி பீடத்தின்மேல் சிவலிங்க வடிவம் மட்டும் கொண்டதான கோயில் ஒன்று காணப்பெறுகின்றது. எனினும் அக்கோயிலில் ஆகம விதிக்குட்பட்ட வழிபாடு எதுவும் நிகழ்த்தப் பெறுவதில்லை. மாறாக, அக்கோயிலானது 'முனியய்யா கோயில்' என்றே அப்பகுதி மக்களால் வழங்கப்பெற்று வருகின்றது. தீபாவளி, பொங்கல், கார்த்திகை என்பன போன்ற சிறப்புக்குரிய நாட்களில் மட்டும் ஒருவேளை வழிபாடு நிகழ்த்தப் பெறுகின்றது. சிவராத்திரி நாளன்று மட்டும் இரவு முழுவதும் சிறப்பு வழிபாடு நிகழ்த்தப் பெறுகின்றது. அன்று இரவு மட்டும் சுற்றுவட்டாரத்திலுள்ள பெண்கள் ஒன்றிணைந்து சுமங்கலி பூசை எனும் பெயரில் சிறப்பு வழிபாடு நிகழ்த்துகின்றனர். இந்த லிங்கத்தின் தொன்மையை முறையாக அறியும் வேளையில் இவ்வூர்ப்பெயர்க்கான காரணமும் விளக்கம் பெறலாம்.

(சோழந்தூர் - 'முனியய்யா கோயில்' என்று அழைக்கப்படும் சிவலிங்கம்)

ஊர்ப்பெயர்களும் மதம், சாதி அடையாளங்களும்

நாகரிக அடையாளம் பெற்றதன் பின்னரான மனித வாழ்வின் தொடக்கத்தில் மக்கள் தங்களது குடியிருப்புப் பெயர்களைத் தமக்கு வாழ்வளிக்கும் இயற்கைசார் வளங்களை, தொழில்நிலைகளை மையப்படுத்தி அமைக்க, முடியாட்சிக் காலம் தொடங்கி அம்மரபானது சமயச் சார்பினை வெளிப் படுத்தும் நோக்கிலும், குலச் சார்பினை வெளிப்படுத்தும் நோக்கிலும் மடைமாற்றப் பெற்றுள்ளது. இதன் விளைவே ஊர்ப்பெயர்களில் இடம்பெற்றுள்ள வெளிப்படையான குல அடையாளங்கள்.

புரவலர் மரபினூடான கொடையளிப்பும் உடைமைச் சமூக மேம்பாடும்

புரத்தல் - ஈதல், கொடையளித்தல், பாதுகாத்தல். கூடிப் பகிர்ந்து உண்ட ஆதிகால வேட்டைச்சமூக இனக்குழு வாழ்க்கை முறையில் ஒன்றை வேண்டி, இரந்து பெறும் நிலை எவர்க்கும் இருந்திருக்காது. அதேசமயம், சமய உருவாக்கத்துக்கு முற்பட்ட காலக்கட்டமான இயற்கைசார் நிலம், நீர், தீ, வளி, இருள், கதிர் என்பன போன்றவற்றை (அச்சம் காரணமாக) வழிபட நேர்ந்த காலக்கட்டத்திலும் புரத்தல் / இரத்தல் நிலை இருந்திருக்காது. குழுத்தலைவன் / குடித்தலைவன் எனும் தனிநபர் ஆளுமை நிருவாகமும், சமயம் எனும் நிறுவனமும் என்றைக்குத் தோற்றம் பெற்றதோ அன்றுமுதல் 'புரத்தல் - இரத்தல்' எனும் இணைநிலை தோற்றம் பெற்றதாகக் கொள்ளலாம்.

அவற்றுள்ளும், அரசுருவாக்கக் காலத்தில் ஊரை / நாட்டை ஆளும் தலைவனே முதன்மை அங்கமாக அச்சமூகத்தில் திகழ்ந்திருப்பான். அதேவேளை, மனித ஆற்றலுக்கு அப்பாற் பட்ட இயற்கைப் பேரிடர்களான மிகைமழை, வறட்சி, மிகு வெப்பம், மிகுஇருள், கொடுங்காற்று என்பன போன்ற எதிர்பாரா

நிகழ்வுகள் நிகழும்போதே ஒரு குறிப்பிட்ட சமூகத்தில் அரசன்/ தலைவன் வகித்த முதன்மை(முதல் மரியாதை) இடத்தைச் சமயம்சார் இறைப்படிமங்களும் இறைவழிபாட்டோடு நேரடித் தொடர்பினை உருவாக்கிக் கொண்டோரும் பெற்றிருத்தல் வேண்டும். காலத்தின் போக்கில் அன்னார் அவ்விடத்தைத் தொடர்ந்து தக்கவைத்துத் தமது மேலாண்மையை நிலை நாட்டியுள்ளதனை வரலாறு காலந்தோறும் வெளிப்படுத்தி நிற்கின்றது. இந்நிலைப்பாட்டின் விளைவாக உருப்பெற்றதே 'அந்தணர் -> அரசர் -> வணிகர் -> வேளாளர்' எனும் சமூகப் படிநிலை ஆகும். (கி.மு. 5ஆம் நூற்றாண்டினதாகக் கருதப் பெறும்) தமிழ் இலக்கண நூலாகிய தொல்காப்பியம், வாகைத் திணைக்கு உரியோரைப் பாகுபடுத்தும் நிலையில்,

"அறுவகைப் பட்ட பார்ப்பனப் பக்கமும்

ஐவகை மரபின் அரசர் பக்கமும்

இருமூன்று மரபின் ஏனோர் பக்கமும்" (தொல்.பொருள். 73)

என்றவாறாகப் பார்ப்பனர் - அரசர் - ஏனோர் எனும் படி நிலை அடிப்படையிலேயே தான் கூறவந்த பாகுபாட்டை முன்னிறுத்தியுள்ளதனைக் காணலாம்.

இத்தகு மேலாதிக்கம் பெற்ற இனத்தாருள் கல்வி, கேள்வி, வேள்விகளில் சிறந்தோரை அரசன் பணிதலும் அவர்க்கு வேண்டுவன கொடையாகக் கொடுத்தலும் அவர் சார்ந்த கோயிலுக்கு மானியமாக நிலம், ஊரை வழங்குதலும் மிக இயல்பாக நடந்துள்ளதனைப் பழந்தமிழ் இலக்கியச் சான்றுகள் வழியும் கலவெட்டு, செப்பேடு உள்ளிட்ட தமிழக வரலாற்று ஆவணங்கள்வழியும் அறிய முடிகின்றது.

நிலவுடைமைச் சமூகத்தில் அந்தணரும் அரசரும் மட்டு மின்றி, அவ்விரு குலத்தைச் சார்ந்து நிருவாகப் பொறுப்புகளில் பணிபுரிந்த பிறரும் அவரவர் தத்தம் தகுதிக்கு ஏற்ப நில வுடைமையாளர்களாகவே திகழ்ந்துள்ளனர். அவர்கள் கிழார் (பெருநிலத்துக்கு உரிமையுடையோர்) என வழங்கப் பெற் றுள்ளனர். இத்தகையோருள் புலவர்மரபினரும் அடங்குவர். பெருங்குன்றூர் கிழார், அரிசில் கிழார் எனும் சங்க இலக்கியப் புலவர் பெயர்கள் இதற்குச் சான்றாகின்றன. அவற்றுள்ளும்

அந்தணப் புலவருக்கு அரசனால் வழங்கப்பெற்ற நில தானம் என்பது அளவிடற்கரியதாகவே திகழ்ந்துள்ளது. தன்னைப் பாடிய கபிலர் எனும் (அந்தணப்) புலவருக்கு, 'நன்றா' எனும் குன்றின் மீதேறிக் கண்ணிற்பட்ட ஊர்களையெல்லாம் செல்வக்கடுங்கோ வாழியாதன் எனும் அரசன் தானமாக வழங்கினான் என்பது பதிற்றுப்பத்து 85ஆம் பாடல் உணர்த்தும் செய்தி.

இவ்வாறாக, நிலக்கொடையாக வழங்கப்பெற்ற நிலப் பரப்பும், ஊர்களும் (ஏற்கனவே வேறு பெயர் இருப்பினும்) புதிய பெயரிட்டு வழங்கப் பெற்றுள்ளன. அவ்வகையில் பிராமணர்களுக்கு பிரம்மதேயமாக வழங்கப்பெற்ற நிலம் 'மங்கலம்' எனும் ஒட்டுச்சொல் இட்டு அழைக்கப்பெற்றுள்ளது.

'...இரணிய கர்ப்பமுந் துலாபாரமும்

மண்ணின்மிசைப் பலசெய்து

மறைநாவினார் குறைதீர்த்து' *[வேள்விக்குடிச் செப்பேடு]*

'தேவதானம் பலசெய்தும் பிரமதேயம் பலதிருத்தியும்

...

எண்ணிறந்த பிரமதேயமும் எண்ணிறந்த தேவதானமும்

எண்ணிறந்த பள்ளிச்சந்தமும் எத்திசையும் இனிதியற்றி'

[சின்னமனூர்ச் செப்பேடு]

என்பன போன்ற இடைக்கால (கி.பி.10ஆம் நூற்றாண்டு - கி.பி.12ஆம் நூற்றாண்டு) ஆவணக் குறிப்புகள் அரசாள்வோர் பிராமணர்க்கு வழங்கிய முதன்மைக்கும் நிலக்கொடைக்கும் சான்றுகளாகத் திகழ்கின்றன. காலங்காலமாகத் தமிழ்ச் சமூகத்தில் பிராமணர் பெற்ற/பெற்றுவரும் முதன்மைக்கு அவர்கள் மேற்கொண்டு வரும் வழிபாடு சார்ந்த சடங்குமுறைகளும் அச்சடங்கு முறைகளுக்கான அரச ஏற்புமே காரணங்களாகத் திகழ்ந்துள்ளன. இக்கருத்தினை,

> **(சோழர் காலத்தில்) பதினோராம் நூற்றாண்டு முடிய உள்ள செப்பேடுகளில் நிலக்கொடை பற்றிய அரசாணைகள் பெறுபவர்களுள் முதன்மை நிலையில் நிற்பவர்கள் பிரமதேயக் கிழவர்கள் அதாவது பிராமண நிலக்கிழார்கள் மற்றும் வேளாண் நிலக்கிழாரான நாட்டாருமேயாகும் (தென் இந்தியக் கல்வெட்டு - 19:63; தெ.இ.க.3 : பக்கம்-402)...**

> வைதிகச் சடங்குகள் செய்பவர் என்ற முறையிலும், கோயில் பூசைகளோடு நெருங்கிய தொடர்பு கொண்டவர்கள் என்ற முறையிலும் பிராமணர்கள் முதலிடத்தைப் பெற்றார்கள். இந்த சடங்குவழியான தகுதியை அவர்களுடைய நிலவுடைமை மேலும் கூட்டியது. குறிப்பாக, பிரமதேய ஊர்களில் பிராமணர்க்கு அடுத்தபடியாகவே மற்ற யாவரும் மதிக்கப்பட்டார்கள். முதல் இராசராசன் கல்வெட்டு ஒன்று பிராமண ஊர்களில் 'பிராமணருக்குக் கீழ்ப்பட்ட ஜாதிகளில்' உள்ளோர் தங்கள் காணிகளை விற்றுவிட வேண்டும் என்ற அரச ஆணையை ஏந்தியுள்ளது *[தெ.இ.க.5:1409]*. பிற இடங்களிலும் இந்த நிலையிருந்தது என்பதற்குச் சில சான்றுகள் உள்ளன. செங்கம் கல்வெட்டு ஒன்று 1278இல் 'அந்தணர் தலையாக அரிப்பன் கடையாக' அனைத்துச் சாதிகளும் பற்றிப் பேசுகிறது *[தெ.இ.க.7:118]* (2017:15,16)

எனச் சான்றுடன் நிறுவியுள்ளார் எ.சுப்பராயலு.

மங்கலம் எனும் பெயரில் அமைந்தவை (8)

> நன்மையானவற்றை யெல்லாம் மங்கலம் எனும் சொல் குறிப்பதாகும். தமிழ்நாட்டில் பல ஊர்ப்பெயர்களில் மங்கலச் சொல் அமைந்திருக்கக் காணலாம் (2005:335)

எனப் பொதுநிலையில் மங்கல அடையாள ஊர்ப்பெயர்களை மதிப்பிடுவார் ரா.பி.சேதுப்பிள்ளை. மேலும்,

> வேதம் நான்கையும் கற்றுணர்ந்த வேதியர்க்கு விடப்பட்ட ஊர் சதுர்வேதி மங்கலம் என்று பெயர் பெற்றது. தமிழ்நாட்டு மன்னரும் அவர் தேவியரும் உண்டாக்கிய சதுர்வேதி மங்கலங்கள் பலவாகும் (2005:335)

என்பார் அவர். நிலக்கொடையால் பிராமணருக்கு வழங்கப்பெற்ற 'சதுர்வேத' அடையாளம் கொண்ட ஊர்கள் பலவும் பிற்காலத்தில் அந்த அடையாளம் இழந்தும், திரிந்தும் வழங்கப்பெற்று வந்துள்ளன. இந்நிலைப்பாட்டிற்கு,

> தஞ்சைநாட்டு மன்னார்குடி வட்டத்தில் பெருவளந்தான் என்னும் ஊர் உள்ளது. பெருவாழ்வு தந்த பெருமாள் சதுர்வேதி மங்கலம் என்பது அதன் முழுப்பெயராகும்.
>
> பாண்டி மண்டலத்தைச் சேர்ந்த செம்பிநாட்டில் வீரநாராயண சதுர்வேதி மங்கலம் என்னும் ஊர் விளங்கிற்று... சன்னாசி என்று அவ்வூர் இந்நாளில் வழங்கும் (மேலது,336)

எனும் குறிப்புகளைச் சான்றாகக் கொள்ளலாம். மேலும், பாண்டி மண்டலத்தைச் சேர்ந்த பிறிதொரு நிருவாகப் பிரிவான வரகுண வளநாட்டிலும் வீரநாராயண சதுர்வேதி மங்கலம் (இராமநாதபுரம் மாவட்டம் - இராமநாதபுரம் ஊராட்சி ஒன்றியம்) எனும் ஊர் திகழ்ந்துள்ளது. அவ்வூரானது தற்போது 'நாரண மங்கலம்' என்று அரசு ஆவணப் பதிவிலும், 'நாரல்' என்று மக்களது பேச்சுவழக்கிலும் வழங்கப்பெற்று வருகின்றமை குறிப் பிடத்தக்கதாகும். அவ்வகையில், இராஜசிங்கமங்கலம் ஒன்றியப் பகுதிக்குள்,

மங்கலம்	சாத்தமங்கலம்
ஏ.ஆர்.மங்கலம்	சேந்தமங்கலம்
கொத்தமங்கலம்	தோட்டா மங்கலம்
கோவிந்த மங்கலம்	பகவதி மங்கலம்

எனும் மங்கல அடையாள ஊர்ப்பெயர்கள் திகழ்கின்றன. இவ்வூர் இடுகைகள் முன்னர்க் குறிப்பிட்ட நாராயண(ன்)மங்கலம் போல் கொற்றன் மங்கலம், கோவிந்தன் மங்கலம், சாத்தன்மங்கலம், சேந்தன் மங்கலம், பகவதி மங்கலம் எனத் தனிநபர் ஆளுமையை மையமிட்டே அமைந்துள்ளமை குறிப்பிடத்தக்கதாகும்.

தோட்டாமங்கலம் எனும் ஊரின் பெயர்க்காரணத்தையோ பெயரின் முழு வடிவத்தையோ அறியுமாறில்லை. ஏ.ஆர்.மங்கலம் எனும் பெயரானது 'அறுநூற்றி மங்கலம் (அறுநூத்தி மங்கலம்)' எனும் பெயரின் சுருக்க வடிவமாகும். தமிழகத்தில் இதுபோன்று எண்ணிக்கையை *(100, 200....1000)* அடியொற்றி அமைந்த ஊர்ப்பெயர் உருவாக்கத்தின் பின்னணியானது தனித்து ஆய்வுக்கு உட்படுத்த வேண்டிய தேவையுடையதாகும். இராமநாதபுரம் சேதுபதி மன்னர்களது ஆட்சிக்காலச் செப்பேடுகளில் இத் தன்மையில் அமைந்த ஊர்ப்பெயர்களைக் காண முடிகின்றது. விவரம் வருமாறு:

'ஆயிர மங்கலம்' [துவாக்குடிச் செப்பேடு, காலம்: 1478] (1994:527)

'எழுனூத்து மங்கலம்' [காக்குடிச் செப்பேடு, காலம்: 10-1-1718] (1994:527&280)

மேலும், எழுநூத்தி மங்கலம் எனும் பெயரில் தமிழகத்தில் பிற பகுதிகளிலும் (ஈரோடு மாவட்டம் - கொடுமுடி வட்டத்தில் ஓர் ஊர்; கரூர் மாவட்டத்தில் ஓர் ஊர்) வழங்கி வருகின்றமை உடன்வைத்து எண்ணத்தக்கதாகும். [இராமநாதபுரம் மாவட்டம் - சிவகங்கை தாலுகாவில் எழுனூத்தி மங்கலம் எனும் ஊர் இருந்ததாக Alphabetical list of villages in the taluks and districts of the madras presidency எனும் ஆவணம் (1933:508) தெரிவிக்கின்றது. ஆனால் அவ்வூர் பற்றிய விவரத்தைத் தற்போது அறிய இயலவில்லை. சிவகங்கை மாவட்ட ஊர்ப்பெயர்களை ஆவணப்படுத்திய க.பாலாஜியின் நூலில் இவ்வூர்ப்பெயர் இடம்பெறவில்லை. ஏதோவொரு காரணத்தால் இவ்வூர்ப்பெயர் மாற்றமடைந்திருக்கலாம்!]

இந்த எட்டு ஊர்களும் நிலக்கொடையாகப் பிராமணருக்கு வழங்கப் பெற்றவைதாம் என அறுதியிட்டுக் கூறக் களஆய்வில் சான்றுகள் முழுமையாகக் கிட்டவில்லை. ஆனால், தற்போது 'கொத்தமங்கலம்' (கருங்குடி ஊராட்சி) எனும் ஊரில் மட்டும் பிராமணக் குடும்பம் ஒன்று உள்ளதனை அறிய முடிந்தது. அக்குடும்பத்தினரிடம் மேற்கொள்ளப்பெற்ற நேர்காணலின்போது அளித்த தகவலின் எழுத்து வடிவம் வருமாறு:

'எங்கள் தாத்தா, பாட்டன் பூட்டன் காலத்திற்கு முன்பிருந்தே நாங்கள் இங்கேதான் குடியிருந்து வருகின்றோம். எங்கள் ஊரில் எங்கள் குடும்பம் மட்டும்தான் பிராமணக் குடும்பம். பள்ளர், யாதவர் குடிகளும் எங்கள் ஊரில் உள்ளன. சேதுபதிகளின் ஆட்சிக்காலத்தில் எங்கள் பூர்வீகத்தினர் நிலமானியம் பெற்றது உண்மைதான். எனினும், தாங்கள் கேட்பதுபோல் அதற்கான செப்பேட்டுச் சான்று எதுவும் தற்போது எங்களிடம் இல்லை. எங்கள் மூதாதையர் வசம் இருந்திருக்கலாம். அந்தவகையில், கொத்தமங்கலம், கருங்குடி, சோழந்தூர், வடவயல் ஆகிய ஊர்களில் உள்ள ஆயிரக்கணக்கான ஏக்கர் நிலங்கள் (நன்செய், புன்செய், தரிசு காடுகள் உட்பட) எங்களது மூதாதையர்க்குப் பாத்தியப்பட்டதாக இருந்தவையே. காலப்போக்கில் அவை, நிலமற்ற குடிகளுக்குக் குத்தகைக்கு விடுதல், பங்குக்கு விடுதல், பழக்கவழக்கம் மற்றும் நம்பிக்கைக்குரிய குடியானவர் எனும் அடிப்படையில் குறைந்த விலைக்கு அத்தகையோர்க்கு விற்றல், பங்கு மற்றும் குத்தகைக்கு எடுத்தோரே சில ஆண்டுகள் கழித்து

நிலத்தை விலைக்குப் பெற்றுக் கொள்ளுதல் என்பனவாக அந்நிலங்கள் காலப்போக்கில் கைமாறிச் சென்றன. எங்கள் பூர்வீகத்தினரிடம் நிலம் பெற்ற குடியினரின் வம்சாவழியினர் இன்றைக்கும் எங்களை நன்றியுணர்வோடு நினைத்துப் பார்க் கின்றனர்.' [தகவல்: கோவிந்தசாமி (70)]

'அறுநூற்றி மங்கலம் (அறுநூத்தி மங்கலம்)'எனும் ஊரில் பிராமணர் குடி வாழ்ந்ததற்கான அடையாளம் காணப்படுகின்றது. இங்குள்ள சிவன் கோயிலுக்கு வழிபாடு நிகழ்த்துவதற்காகச் சேதுபதி மன்னர்களால் நன்செய் நிலம் மானியமாக வழங்கப் பெற்றுள்ளது எனும் செய்தியை மட்டுமே பெற முடிந்தது. இவ்வாறு அமைந்த நிலம் ஏறக்குறைய 30ஏக்கர் திகழும். கண்மாய்நீர்ப் பாசன வசதி பெறும் அந்நிலம் குத்தகைக்கு விடப் பட்டு இங்குள்ள வெள்ளாளர் குடும்பத்தினரால் உழவு மேற் கொள்ளப் பெறுகின்றது. கோயில்நிலத்துக்கு மேற்பார்வை யாளரான ஐயர்(பிராமணர்) பரமக்குடிக்குக் குடிபெயர்ந்து அங்கு வசித்து வருகின்றார், சிறப்பு வழிபாட்டுக்குரிய நாட்களில் மட்டும் வந்து சிவன்கோயிலில் வழிபாடு நிகழ்த்திச் செல்வார் எனும் செய்தியையும் பெற முடிந்தது [தகவல்: அ.முருகையா(48), அறுநூற்றி மங்கலம்].

இவ்வூரின் கண்மாய்க் கரையில் பழைய கோயில் (சிவன் கோயில்) இருந்துள்ளது. சுற்றுச் சுவர் அமைந்து கற்கோயிலாகத் திகழ்ந்த அக்கோயிலானது காலப்போக்கில் சிதைந்ததனால் அதனை முழுமையாக இடித்துவிட்டு அவ்விடத்திலேயே புதிய கோயில் கட்டி அண்மையில் (24.3.2019) குடமுழுக்கு நிகழ்த்தி யுள்ளனர். பழைய கோயிலானது கற்கோயிலாகத் திகழ்ந் துள்ளதனை அதன் எச்சங்கள்வழி உணர முடிந்தது. புதிய கோயிலானது கருவறை மற்றும் அர்த்த மண்டபம் மட்டும் கொண்டதாக, எளிய வடிவில் சுதைசிற்பங்கள் கொண்டதாகத் திகழ்கின்றதனைக் காண முடிந்தது (விவரம்: பின்னிணைப்பு - 8).

பழைய கோயிலுக்குரிய கட்டுமான மூலப்பொருட்கள் (இன்றைக்கும் பயன்படுத்தும் நிலையிலான செங்கல், மிகப் பெரிய எடை கொண்ட பாறைக்கற்கள் உட்பட) திறந்தவெளியில் கிடக்கின்றனவே? எனும் வினாவை முன்வைத்ததற்கு அவ்வூர்க்

குடியானவர் ஒருவரிடமிருந்து வந்த பதில் - 'சிவன் சொத்து குல நாசம்' என்பதே!

இவ்வூரில் வெள்ளாளர், பள்ளர், அகமுடையார், மறவர் ஆகிய சாதிகளைச் சேர்ந்த குடிகள் தனித்தனிக் குடியிருப்புகளாகத் திகழ்கின்றன. வண்ணார், நாவிதர் குடியும் உள்ளன. எனினும், இங்குள்ள குடியினரில் பள்ளர் குடியினர் சிலர், கடந்த ஐம்பது ஆண்டுகளுக்கு முன்பு கிறித்தவ மதத்துக்கு மாறியுள்ளனர். இதன் பின்புலம் தனித்து நோக்கத்தக்க ஒன்றாகும்.

சமய அடையாளத்துடன் அமைந்தவை (6)

குமரங்காளி

கைலாச சமுத்திரம்

கோவிலேந்தல்

கோவில்வாசல்

பாம்பளம்மன் குடியிருப்பு

மந்தனார் கோயில்

எனும் ஊர்ப்பெயர்கள் சமய அடையாளங் கொண்ட ஊர்ப் பெயர்களாகத் திகழ்கின்றமை வெளிப்படை.

Alphabetical list of Villages in the Taluks and Districts of the Madras Presidency *(1933:527)* எனும் ஆவணத் தொகுப்பில் கைலாச சமுத்திரம் எனும் ஊரானது, (திருவாடானை தாலுகா எனும் பகுப்பின்கீழ்) Kailasasamudram alias Indramati - கைலாச சமுத்திரம் என்கிற இந்திரமதி எனக் குறிக்கப்பெற்றுள்ளமை கவனத்திற்குரியதாகும்.

இவற்றுள் மந்தனார் கோயில் எனும் ஊரில் மட்டுமே பெருந் தெய்வக் கோயிலான சிவன் கோயில் திகழ்கின்றது. ஏனைய ஊர்களில் நாட்டார் தெய்வக் கோயில்களே உள்ளன. மந்தனார் கோயில் எனும் ஊரிலுள்ள சிவன் கோயில் ஆகம விதிகட்கு உட்பட்ட கோயிலாகத் திகழினும் மக்களது செல்வாக்கை இழந்த நிலையில் உள்ளமையால் நாள்வழிபாடும் நிகழாத

நிலைமையினையே அங்குக் காண முடிகின்றது. சைவ சமயத் துக்கான விழாக்காலங்களில் மட்டுமே இக்கோயிலில் சிறப்பு வழிபாடு நிகழ்த்தப் பெறுகின்றது. மேலும், மந்தனார்கோயில் எனும் இவ்வூர்ப்பெயரானது மருவியே வழங்கப்பெறுகின்றது. மந்திரநாதர் என்பதே இக்கோயிலிலுள்ள மூலவரின் பெயராகும். இப்பெயரையொட்டியே ஊர்ப்பெயர் அமைந்துள்ளது. எனவே, மந்திரநாதர் கோயில் எனும் ஊர்ப்பெயரே காலப்போக்கில் பேச்சுவழக்கில் மந்தனார்கோயில் என மருவி வழங்கப்பெற்று வருகின்றது.

மதமாற்றத்தால் உருவான புதிய குடியிருப்புப் பெயர்கள் (5)

மக்களாட்சித் தத்துவத்தின்கீழ் இயங்கும் ஒரு நாட்டில்/ மாநிலத்தில் 'மதமாற்றம்' என்பது இயல்பாக நிகழக்கூடிய ஒன்று எனும் பொதுப்பார்வைக்கு அப்பால், அந்நிகழ்வு குறிப்பிட்ட அச்சமூகத்தினர்க்கு (பொருளாதார மேம்பாடு, சமூக மதிப்புநிலை என்பன போன்றவற்றில்) விளைவிக்கப்படும் எதிர்மறைத் தாக்குதலால் நேரும் மன உந்துதலின் விளைவு என்பதனை மறுக்கவியலாது. சான்றாக, தமிழ்நாட்டில் 19.2.1981அன்று திருநெல்வேலி மாவட்டம் - மீனாட்சிபுரம் எனும் ஊரைச் சேர்ந்த தாழ்த்தப்பட்ட குடியினர் ரஹ்மத் நகர்க் குடியினராக மதமாற்றச் செயல்பாட்டினை மேற்கொண்டமை இந்தியா முழுவதும் ஓர் அதிர்வலையை ஏற்படுத்தியதாக ஊடகங்கள் செய்தி வெளியிட்ட மையைக் குறிப்பிடலாம்.

'ஆறுமுகம் என்றிருந்தோன்
அப்துல்லாஹ் ஆனதுவும்
அய்யனார் என்றிருந்தோன்
அந்தோணி ஆனதுவும்
வேறுமுகம் நாம்காட்டி
வித்தியாசம் பலபேசி
உடன்பிறந் தோரையெல்லாம்
ஒதுக்கியதால் வந்தவினை'

என்று வாலி எழுதிய கவிதை வரிகள் இம்மதமாற்றச் செயலின் பின்புலத்தை வெளிப்படையாக உணர்த்தி நிற்கும்

வரிகளாகும். (மீனாட்சிபுரம் ரஹ்மத் நகர் ஆன கதை! - http://vanakkamtamizha.in, posted on August 30, 2019)

இராஜசிங்கமங்கலம் ஊராட்சி ஒன்றியத்துள் உள்ள பின்வரும் 5 ஊர்ப்பெயர்கள் மதமாற்றத்தின்பின் உருவாக்கம் பெற்ற பெயர்களாக அமைந்துள்ளமை வெளிப்படை.

இருதயபுரம்

ஏசுபுரம்

சவேரியார் பட்டிணம்

பிரிட்டோ நகர்

மரியாயி பட்டிணம்

இராமநாதபுரம் மாவட்டத்தில் 16ஆம் நூற்றாண்டின் தொடக்கம் முதல் கிறித்தவம் பரவத் தொடங்கியுள்ளது என மதிப்பிடுவர் எஸ்.எம்.கமால் & நா.முகம்மது செரீபு.

> **கி.பி. 1502ல் நெல்லைப் பகுதியில் காலூன்றிய போர்ச்சுகீசியர், யாழ்ப்பாணம் வரையான கடற்பரப்பில் தங்களது வாணிப வளர்ச்சியையும் அதிகார வரம்பையும் நிலைநாட்ட முயன்றனர். இதனையொட்டியே இந்த மாவட்டத்தில் கிறித்துவ சமயம் நுழைந்தது** (1984:123)

மதம் பரப்புவதற்காகப் போர்ச்சுகல் நாட்டிலிருந்து வந்த மதபோதகரான 'ஜான் டி பிரிட்டோ' இராமநாதபுரம் சீமைக்குள் (1686இல்) நுழைந்து சேதுபதி மன்னர்களது எதிர்ப்பினையும் மீறி ஊரகப் பகுதிகள்தோறும் சென்று மதப்பிரச்சாரம் செய்தமையால், ஆள்வோரால் சிறைப்படுத்தப் பெற்று, இறுதியில்(4.2.1693இல்) 'ஓரியூர்' எனும் இடத்தில் தலைதுண்டிக்கப்பட்டுக் கொல்லப்பட்டார் என்பது வரலாறு. மதம் பரப்புவதற்காகத் தன் உயிரை இழந்த டி பிரிட்டோவின் தியாக வரலாறு இன்றைக்கும் இராமநாதபுரம் பகுதியிலுள்ள கிறித்தவ மக்களால் உணர்ச்சிபொங்க நினைத்துப் பார்க்கப் பெறுகின்றதனைக் களஆய்வின்போது கண்டறிய முடிந்தது. எஸ்.எம்.கமால் & நா.முகம்மது செரீபு குறிப்பிடும்,

> **அவரது(டி பிரிட்டோ) உயிர்த்தியாகம் அந்தப்பகுதி மக்களிடம் குறிப்பாக, இந்து சமயப் பிரிவினர்களான உடையார்கள், கடையர்கள், ஆதிதிராவிடர் ஆகிய பிரிவினரிடையே அனுதாபத்தை வளர்த்ததுடன் பிற்காலங்களில் அவர்கள்**

பெருமளவில் இந்த சமயத்தை ஏற்றுக் கொள்வதற்கு காரணமாக இருந்தது (1984:126)

எனும் பதிவானது இராமநாதபுரம் சீமையில் நிகழ்ந்த மத மாற்றத்தின்போது தம்மை ஈடுபடுத்தி மதம்மாற்றிக் கொண்ட சமூகத்தினரை அடையாளப்படுத்தி நிற்கின்றது. இராஜசிங்க மங்கலம் ஒன்றியப் பகுதியில் கிறித்தவ மதத்திற்கு மாறிய மக்களுள் பள்ளர், பறையர், சக்கிலியர், உடையார் சமூகத்தினரே உள்ளதனைக் களஆய்வின்போது கிடைத்த தகவலின்வழி அடையாளப்படுத்த முடிந்தது *[தகவல்: T.பாஸ்கர் டேவிட், பங்குத்தந்தை, இருதயபுரம்].*

இவ்வொன்றியத்தினுள் உள்ள (கொக்கூரணி பங்கு, இருதய புரம் பங்கு, செங்குடி பங்கு, ஏ.ஆர்.மங்கலம் பங்கு ஆகிய) ஊர்களை மையமாகக் கொண்டு மதமாற்றம் நிகழ்ந்துள்ளது.

இப்பகுதியில் கல்விக்கூடம் கண்ட முதல் ஊர் எனும் அடையாளம் பெறுகின்றது இருதயபுரம் எனும் ஊர். இவ்வூரில் 1936ஆம் ஆண்டிலேயே திரு இருதய ஆரம்பப்பள்ளி எனும் பெயரில் கல்விக்கூடம் தொடங்கப்பெற்று அரசுதவி பெறும் பள்ளியாகச் செயல்பட்டு வருகின்றது. 2001இல் உயர்நிலைப் பள்ளியாகத் தரம் உயர்த்தப் பெற்றுள்ளது.

இருதயபுரம் பங்கின்கீழ் 33 ஊர்கள் தற்போது உள்ளன. அவை - இருதயபரம், கருங்குடி, பொன்மாரி, மருதன்பச்சேரி, தும்படைக்கா கோட்டை, கருப்பக் குடும்பன் பச்சேரி, ஆவான்பச்சேரி, இருவான்பச்சேரி, கழிச்சிக்கட்டி மடை, நெடும் புளிக்கோட்டை, ரெகுநாதமடை, பொன்னால கோட்டை, கொல்லான் பச்சேரி, புலிவீரதேவன் கோட்டை, *குயவனேந்தல், வாகவயல், கோவிலூர், நாரல், பொட்டகவயல், மாதவனூர், கருப்பூர், உகமை, கொட்டகுடி,* பெரியான்பச்சேரி, சூரமடை, அண்ணாமலைநகர், தளக்கான் பச்சேரி, பிச்சங்குறிச்சி, மாங்குளம், பாண்டியரேந்தல், சீனாங்குடி, சோழந்தூர், மேட்டுச் சோழந்தூர். (இவற்றுள் சாய்வெழுத்தில் அடையாளங் காட்டப்பெற்றுள்ளவை தற்போது நயினார்கோயில் ஊராட்சி ஒன்றியத்துக்கு உட்பட்டவை).

இவ்வூர்களில் மறவர், பள்ளர் சமூகத்தினரே பெரும்பான்மை யாக வசிக்கின்றனர்; அகமுடையார், உடையார், பறையர்,

சக்கிலியர், தாதாசிரியர் (குடுகுடுப்பைக்காரர்) உள்ளிட்ட பிற சமூகத்தினர் சிறுபான்மையாக வசிக்கின்றனர். இவர்களுள் பள்ளர், உடையார், பறையர், சக்கிலியர் ஆகிய சமூகத்தினரே மதமாற்றத்திற்கு ஆளாகியுள்ளனர். இச்சமூகத்தினரிடையே நிகழ்ந்த மதமாற்றப் பின்னணியானது தனித்ததோர் ஆய்வுக்குரிய தாகும். எனினும் இம்மதமாற்றம் பழைய ஊர்ப்பெயரை மாற்றுதலிலும் மத அடையாளங் கொண்ட புதிய ஊர்ப்பெயர் உருவாக்கத்திலும் தனிப்பெரும்பங்கு வகித்துள்ளது எனலாம். அவ்வகையில் உருவானவையே இருதயபுரம், ஏசுபுரம், சவேரியார் பட்டினம் உள்ளிட்ட அடையாள ஊர்ப்பெயர்கள்.

[இராஜசிங்கமங்கலம் ஒன்றியத்தினுள் இராஜசிங்கமங்கலம் (பேரூராட்சிப் பகுதி), ஆனந்தூர், திருப்பாலைக்குடி, சோழந்தூர் ஆகிய ஊர்களில் இசுலாமிய சமூகத்தினர் பெருமளவில் வசித்து வருகின்றனர் என்பதும் அவர்களது குடியிருப்பின் மதம்சார்ந்த அடையாளப் பெயர்கள் தெருவுக்குப் பெயர்சூட்டல் எனும் அளவிலேயே அமைந்துள்ளன என்பதும் இங்குக் குறிப்பிடத் தக்கதாகும்.]

சாதிய அடையாளத்தை வெளிப்படையாகத் தாங்கி நிற்கும் ஊர்ப்பெயர்கள்

சாணாவயல்

நாடார் கோட்டை

பள்ளப்பச்சேரி (கூடலூர் ஊராட்சி)

பள்ளப்பச்சேரி (திருத்தேர்வளை ஊராட்சி)

வெள்ளாரேந்தல்

பாப்பனக்கோட்டை

பாப்பாகுடி

பாப்பான்வயல்

மேற்காண் ஊர்களில் பாப்பனக் கோட்டை, பாப்பாகுடி, பாப்பான்வயல் ஆகிய ஊர்களில் பார்ப்பனர் குடி எதுவும் இல்லை. முற்காலத்தில் வாழ்ந்ததற்கான வரலாற்றையும் அறிய இயலவில்லை. தவிர, சாணாவயல், நாடார் கோட்டை,

பள்ளப்பச்சேரி, வெள்ளாரேந்தல் ஆகிய ஊர்களில் முறையே சாணார், நாடார், பள்ளர், வெள்ளாளர் ஆகிய குடியினரே பெரும்பான்மையாக வசிக்கின்றனர். இத்தகைய, சாதிப் பெரு மிதத்தினூடான தனி அடையாள ஊர்ப்பெயர்கள் முடியாட்சிக் காலத்தில் அதிகாரத்தில் உள்ளோரால் வரிவசூல் உள்ளிட்ட நிர்வாக வசதிக்காகத் திட்டமிட்டு உருவாக்கப் பெற்றனவா அல்லது 'ஒத்த குடியினர் ஒருகுடையின்கீழ் வாழ்தல்' எனும் தத்துவார்த்தத்தின் அடிப்படையில் ஒரே சாதியைச் சேர்ந்த குடியினர் தம் தொழில், பாதுகாப்புக் கருதி இவ்வாறு புதிய குடியிருப்புகளை உருவாக்கி அவற்றுக்குத் தம் சாதிப்பெயரை இட்டு வழங்கி வந்தனரா என்பதனை அறிய இயலவில்லை. இவ்வூர்களில் வசிப்போரிடம், உங்கள் ஊர்ப்பெயர்க்கான காரணம் கேட்டபோது வந்த ஒத்த பதில் - 'எங்கள் சாதியைச் சேர்ந்த மக்கள் அதிகம் வசிப்பதால் ஏற்பட்டதே இப்பெயர்' என்பதே!

புரவலர் மரபினூடான கொடையளிப்பால் நேர்ந்த நிலக் கொடை, வரிநீங்கிய பாசன வசதி பெறுதல் உள்ளிட்டவற்றைப் பிராமணர்கள் மட்டும்தான் பெற்றார்கள் என்று காலந்தோறும் கூறுவது வலிந்து பொருள் கொள்வதாகவே அமையும்; ஒருசார்புத் தன்மையிலான கூற்றாகவே அமையும். மூவேந்தர்களின் ஆட்சிக் காலத்தின்போது வேண்டுமானால் பிராமணர்கள் பெற்ற கொடையின் அளவு மிகுதியாக அமைந்திருக்கும். ஆனால், இடைக்காலத்திற்குப் பிறகு (கி.பி.12ஆம் நூற்றாண்டிற்குப் பிறகு) ஆட்சியாளர்களிடம் பிராமணர்கள் பெற்ற மதிப்பினை / நிலக்கொடையினைப் பிற இனத்தவரான வணிகர்களும் வெள்ளாளர்களும் பெற்றுள்ளனர். குறிப்பாக, தொண்டை மண்டலத்தில் உருப்பெற்ற இத்தகைய உடைமைச் சமூக மேம்பாடானது பிற்காலங்களில் சோழ நாட்டுக்கும் பாண்டிய நாட்டுக்கும் பரவியுள்ளது. இதன்மூலம் இச்சமூகத்தினரது புதிய குடியேற்றங்கள் புதிய நிலவுடைமைகளுடன் நிகழ்ந்தேறின. இதனை,

> வேளாண் விரிவாக்கத்தை விரிவுபடுத்த வேந்தர்கள் புதிய இடங்களில் குடியேற்றங்களை ஏற்படுத்தினர். உதாரணமாகப் போரின்மூலம் கிடைத்த தொண்டை மண்டலத்தின் காவிரிப் பகுதியில் உள்ள வேளாள நிலப்பிரபுக்களைக்

குடியேறும்படிச் செய்தனர். அவர்களுடன் அவர்கள் வேளாண்மைக்கு உதவப் பலதரப்பட்ட கைவினைஞர்களையும் அடிமையான பறையர்களையும் குடி யேறும்படிச் செய்தனர். இம்மாதிரியான குடியேற்றங்கள் தொண்டை மண்டலத்தைத் தொடர்ந்து சோழ மண்டலம், பாண்டிய மண்டலம் ஆகிய இடங்களிலும் ஏற்பட்டுள்ளன. அதன் விளைவாகத் தமிழகத்தில் துளுவ, சோழிய, பாண்டிய வேளாளர்கள் நில உடைமையாளர்களாயினர். தமிழகம் முழுவதும் வெள்ளாண் வகை நில உடைமையாளர்கள் பரவி வேளாள நிலப்பிரபுக்களின் ஆதிக்கம் பழைய காலத்திலிருந்தே தொடர்ந்து வந்தது (2012:28)

என மதிப்பிடுவார் ஏ.கே.காளிமுத்து.

இத்தகு உடைமையாளர்கள் தவிர, சமயம் வளர்க்கும் நிறுவனங்களான கோயில்களும் கோயில்களைச் சார்ந்து இயங்கும் மடங்களும் காலந்தோறும் அரசிடமிருந்து பெற்ற நிலக்கொடைகள் ஏராளம். அந்நிலங்களை அவை தொடர்ந்து தக்கவைத்து வருகின்றமையும் இங்கு முதன்மையான செய்தியாகும். இது தொடர்பாக எம்.தங்கராஜ் தரும் பின்வரும் புள்ளிவிவரம் குறிப்பிடத்தக்கதாகும்.

தனிநபர்களைப் போல, மடம் மற்றும் கோயில் நிறுவனங்கள் ஏராளமான நிலங்களை அரசர்களிடமிருந்தும் தனிநபர்களிடமிருந்தும் தானமாகப் பெற்றன. தமிழ்நாட்டில் எண்ணிலடங்கா கோயில்கள் மற்றும் மடங்கள் பல்லாயிரக் கணக்கான நிலங்களை வைத்திருக்கின்றன. இந்து சமயம் மற்றும் அற நிலையத்துறையின் புள்ளிவிவரப்படி, தமிழ்நாட்டில் 4,91,417 ஏக்கர் நிலங்கள் கோயில்களுக்கும் மடங்களுக்கும் சொந்தமாக உள்ளன...

கோயில் மற்றும் மடங்களுக்குச் சொந்தமான நிலங்களுக்குத் தமிழக அரசால் நில உச்சவரம்புச் சட்டத்தில் விலக்கு அளிக்கப்பட்டுள்ளது. கோயில் மற்றும் மடங்கள் வைத்துள்ள நிலங்களின் அளவு பாதிக்கப்படாமல் அவைகள் தொடர்ந்து தாங்கள் வைத்துள்ள நிலங்களை தக்க வைத்துள்ளன (2009:52)

இவற்றுள், (1998 மே மாத நிலவரப்படி) கோயில் மற்றும் மடங்களுக்குச் சொந்தமான நிலங்களாக இராமநாதபுரம் பகுதியில் மட்டும் உள்ளவை பற்றிய புள்ளிவிவரமாக (தமிழ்நாடு அரசு - இந்து சமய அறநிலையத்துறை ஆணையப் பதிவேட்டின்படி) அவர் குறிப்பிடுவன:

கோயில்கள் மற்றும் மடங்களுக்குச் சொந்தமான நிலங்கள்
(இராமநாதபுரம் உதவி ஆணையர் பிரிவு – பகுதி)

சமய நிறுவனம்	மொத்தக் கோயில்கள்/ மடங்கள்	நிலம் உள்ள கோயில்	நன்செய் (ஏக்கர்)	புன்செய் (ஏக்கர்)	மானாவாரி (ஏக்கர்) (கிரவுண்டு)	நகர்ப்புற நிலங்கள்
கோயில்	1774	1695	10298.28	10542.775	373.42	2521.1152
மடம்	4	4	835.98	924.04	--- ---	

தவிர, தனிநபர் உடைமையாளர் பலர் 'அறக்கட்டளை' (Trust) எனும் பெயரில் நிறுவனம் தொடங்கி எண்ணிறந்த பரப்பில் நிலங்களைப் பெற்று நிருவகித்து வருகின்றமையும் தனித்துச் சுட்டப்பெற வேண்டியதாகும். நில உச்சவரம்பிலிருந்து பொது அறக்கட்டளை நிறுவனங்களுக்கு விதிவிலக்கு அளிக்கும் சட்டத் தினைப் பயன்படுத்திப் பலரும் நிலங்களை அறக்கட்டளையின் பெயரில் உடைமையாக்கி நிருவகித்து வருகின்றமை குறிப் பிடத்தக்கது. சான்றாக, K.C.Alexandar உருவாக்கிய 'Agrarian Tension in Thanjavur' எனும் ஆவணநூலை(1975) ஆதாரமாகக் கொண்டு, தஞ்சை மாவட்டத்திலுள்ள பொது அறக்கட்டளைக்குச் சொந்தமான நிலம் பற்றிய விவரத்தைக் குறிப்பிடுகின்றார் எம். தங்கராஜ். அவர்தரும் விவரத்தின்படி, (1975 நிலவரப்படி) தஞ்சையில் 2962 அறக்கட்டளை நிறுவனங்கள் 1,98270.59ஏக்கர் நிலத்தை உடைமையாக்கியுள்ளன (2009:51). மேலும்,

> **தஞ்சை மாவட்டத்தில் வலிவலம் என்ற இடத்தில் அறக்கட்டளை என்ற பெயரில் சுமார் 600 ஏக்கர் நிலம் வரை பினாமியாக வைக்கப்பட்டுள்ளது என்பதை LAFTI – 'Land for Tiller's Freedom' என்ற நூலில் தெளிவாகக் காட்டப்பட்டுள்ளது. நில உச்சவரம்புச் சட்டம் சரியாக செயல்படாததற்கு சட்டத்தில் உள்ள குறைபாடு மட்டும் காரணமல்ல, நிலச்சுவான்தார்களின் அரசியல் மேலாதிக்கமும், அவர்களுக்கு அடிபணியும் அதிகார வர்க்கமும் ஆகும் (2009:21)**

என்கிறார் அவர்.

ஆள்வோரிடமிருந்து பிராமணர்கள், நிலவுடைமைக் கிழார்கள் மட்டுமின்றிப் பள்ளர், பறையர், சக்கிலியர் உள்ளிட்ட தாழ்த்தப் பட்ட வகுப்பினரும் நிலக்கொடை பெற்றுள்ளனர் என்பதனை மறுப்பதற்கில்லை. நிலமற்ற ஒடுக்கப்பட்ட மக்களுக்கு நிலம் வழங்கி அவர்களது பொருளாதார மேம்பாட்டுக்குத் துணை செய்யும் வகையில், இந்தியாவை ஆட்சிபுரிந்த பிரிட்டிஷ் அரசாங் கத்தால் பிரிட்டன் நாடாளுமன்றத்தில் (1891இல்) சட்டம் இயற்றப்பட்டு, இந்தியாவில் (1892முதல் 1933வரை) நிறை வேற்றப்பட்ட 'பஞ்சமி நிலம் (Depressed Class Land)' எனும் பெயரில் நிலம் வழங்கும் திட்டம், நிலக்கிழார்களிடமிருந்து நிலத்தைத் தானமாகப் பெற்று நிலமற்ற ஏழைகளுக்கு அந்நிலத்தை வழங்கும் திட்டமான 'பூமிதான இயக்கம்'(1951), 'தமிழக அரசின் இரண்டு ஏக்கர் நிலம் வழங்கும் திட்டம்'(2006) என்பன போன்றவற்றை இதற்குச் சான்றாகக் குறிப்பிடலாம்.

எனினும், இவ்வாறாக வழங்கப்பட்ட நிலக்கொடைகள் உரியவர்கட்குச் சென்று சேர்ந்தனவா? உண்மையிலேயே தகுதி யானவர்கட்குச் சென்று சேர்ந்தனவா? என்பன போன்ற அடிப் படை வினாக்கள் எழவே செய்கின்றன. காரணம் - உரியவர்கட்கு உரியவாறு நிலம் சென்றுசேரா நிலைமையே! சான்றுக்கு ஒரு புள்ளிவிவரத்தைச் சுட்டலாம்.

ஆங்கிலேய அரசால் தமிழகத்தில் அளிக்கப்பட்ட பஞ்சமி நிலம் உரியவர்க்குச் 'சென்று' சேர்ந்த நிலைமை பற்றி Haruka Yanagisawa உருவாக்கிய 'A Century of Change: Caste and Irrigated Lands in Tamilnadu 1860s-1970s' எனும் ஆவணநூலை (1996:216) ஆதாரமாகக் கொண்டு எம்.தங்கராஜ் (2009:36 தரும் புள்ளிவிவர அட்டவணையின் ஒருபகுதி வருமாறு:

மாவட்ட வாரியாக	மொத்தப் பட்டா நிலம் (ஏக்கரில்) (1930-31)	கொடுக்கப்பட்ட நிலம் (ஏக்கரில்) Upto 1927-28	கொடுக்கப்பட்ட நிலம் (ஏக்கரில்) Upto 1930-31
Ramnad	324,490	476	573
11 மாவட்டங்களுக்கான ஒட்டுமொத்தக் கூடுதல்	1,26,15915	88,094	1,23,266

இப்பட்டியலின்படி 1930-31வரை ஒடுக்கப்பட்டோர்க்கு வழங்க நிர்ணயிக்கப்பட்ட 1,26,15915 ஏக்கர் நிலத்தில், வழங்கப்பட்ட 1,23,266 ஏக்கர் நிலம் நீங்கலாக (1,26,15915 - 1,23,266 = 1,24,92649) உள்ள நிலத்தில் (1,24,92649) பெரும்பான்மையானவை இன்றுவரை உடைமைச் சமூகத்தினரிடமே பாதுகாப்பாக உள்ளன என்பதனை எவரும் மறுக்க இயலாது.

சாதய இழிபு துடைக்கும் 'மறுமலர்ச்சி' நிலைப்பாடு

மேலே குறிப்பிட்டவை போன்ற ஆக்கிரமிப்புகளையும் மீறி ஆளும் அரசிடமிருந்து ஒடுக்கப்பட்ட மக்கள் பெற்ற நிலத்தின் வழி அவர்களது வாழ்வில் குறிப்பிடத்தக்க சிறு முன்னேற்றம் நேர்ந்தாலும் அவர்களுக்காக வழங்கப்பெற்ற நிலங்கள் ஊருக்கு ஒதுக்குப்புறமாக அமைய, அவ்விடங்களில் அவர்கள் கட்டிய (அ) அரசால் கட்டிக் கொடுக்கப்பெற்ற தொகுப்புவீடுகள் கொண்ட குடியிருப்புகள் 'சேரி' என்றும் 'காலனி' என்றும் அடையாளப்படுத்தப் பெற்றுள்ளன. அவ்வாறு உருவானவையே இராஜசிங்கமங்கலம் ஒன்றியத்திலுள்ள

ஆதிதிராவிடர் காலனி (ஆய்ங்குடி)

ஆதிதிராவிடர் காலனி (திருப்பாலைக்குடி)

சவேரியார்பட்டிணம் காலனி

தெற்கனேந்தல் காலனி

புத்தூர் காலனி

எனும் குடியிருப்புகள். இவ்வொன்றியத்தில் காலனி எனும் பெயரில் தனி ஊர்ப்பெயர் அடையாளம் பெற்றவை இவ்வூர்களே. இவைதவிர, காலனி எனும் அடையாளம் பெற்றுத் தனி ஊர்ப்பெயராக அமையாமல் அவ்வூரின் குடியிருப்புகளுள் ஒன்றாகவே அமைந்து திகழும் காலனிகள் இவ்வொன்றியத்தினுள் பெரும்பாலானவை என்பதனைக் களஆய்வின்போது கண்டறிய முடிந்தது. அவையும் பிற்காலத்தில் 'தனி ஊராக' அடையாளம் பெறும்போது அவ்வூர்ப்பெயர் காலனி, சேரி, பச்சேரி என்பன போன்ற அடையுடன் இடம்பெறுமா? (அ) சாதிய அடையாளம்

நீங்கிய பொதுவான பெயர் பெறுமா? என்பதனை அக்குடியினர் பெறும் கல்வி, பொருளாதாரம், அரசியல் உள்ளிட்ட சமூக மேம்பாட்டுச் சூழல்களே தீர்மானிக்கும் என உறுதிபடக் கூறலாம். இத்தகு (சாதிய இழிவு துடைக்கும்) 'மறுமலர்ச்சி' நிலைப்பாட்டைக் களஆய்வின்போது சில ஊர்களில் (குறிப்பாகச் சேரி, காலனி அடையாளங் கொண்ட ஊர்களில்) காண முடிந்தது. அதுபற்றிய விவரம் வருமாறு:

நடப்பில் வழங்கும் பெயர்	புதிய பெயர்
இருவான் பச்சேரி	அய்யனார்புரம்
பெரியான் பச்சேரி	பெரியார் நகர்
மருதன் பச்சேரி	மருதகம்
சோழந்தூர்க் காலனி	ராஜீவ்காந்தி நகர்
குயவன்குண்டு (பேரூராட்சிப் பகுதி)	தர்மபுரம்
வடக்குப் பச்சேரி (பேரூராட்சிப் பகுதி)	அன்னை நகர்
சவேரியார்பட்டிணம் காலனி (பேரூராட்சிப் பகுதி)	சவேரியார் நகர்

அட்டவணையில் உள்ள புதிய பெயரில் அவ்வூர்ப்பெயரை அவ்வூரிலுள்ளோர் எவரும் தற்போது வழங்குவதில்லை. மாறாக, பழைய பெயரிலேயே வழங்குகின்றனர். மேலும், இப்புதிய பெயர் உருவாக்கத்தினைப் புதிய தலைமுறையைச் சேர்ந்தோரே முன்னின்று நிகழ்த்தியுள்ளனர் என்பதனையும் அறிய முடிந்தது. அவ்வூரில் நடக்கும் விளையாட்டுப் போட்டிகள், பொங்கல்விழா, மங்கல - அமங்கல நிகழ்வுகள் என்பன போன்றவற்றுக்கான சுவரொட்டி (Wall Poster), அழைப்பிதழ் (Invitation), பதாகை(*Flex*) உருவாக்கத்தின்போதே புதிய பெயர்கள் பயன்படுத்தப் பெறுகின்றன *[நா.பாலமுருகன் (32), இருவான்பச்சேரி]*. சான்றாகப் பின்வரும் சுவரொட்டி, விளம்பரப் பலகை ஆகிய sவற்றைக் குறிப்பிடலாம்.

(பெயர்ப்பலகையில் ஊர்ப்பெயர் மாற்றம்)

(சுவரொட்டியில் ஊர்ப்பெயர் மாற்றம்)

துணைநின்றவை

நூல்கள்

அர்த்தநாரீசுவரன் பெ., 2016, கல்வெட்டுவழிப் பண்பாட்டியல், ராமையா பதிப்பகம், ராயப்பேட்டை, சென்னை.

அரிபாபு பா.ச., 2014, திணை மரபும் நவீனமும், கருத்து = பட்டறை வெளியீடு, திருநகர், மதுரை.ஸ

அறவாணன் க.ப., 2005, தமிழர் அடிமையானது ஏன்? எவ்வாறு?, தமிழ்க்கோட்டம், அமைந்தகரை, சென்னை.

அறவாணன் க.ப.(தொ.ஆ.), 2011(இ.ப.), அற இலக்கியக் களஞ்சியம், தமிழ்க்கோட்டம், அமைந்தகரை, சென்னை.

ஆலாலசுந்தரம் [இளங்கோவன் ம.(மொ.பெ.)], தமிழர் சமூக வாழ்வு (கி.பி.250 முதல் 700 வரை), பாவை பப்ளிகேஷன்ஸ், இராயப்பேட்டை, சென்னை.

இராகவய்யங்கார் ரா., 1994, தமிழகக் குறுநில வேந்தர்கள், பாரதி பதிப்பகம், தி.நகர், சென்னை.

இராகவையங்கார் ரா., 1928(இ.ப.), சேதுநாடும் தமிழும், மதுரைத் தமிழ்ச்சங்க முத்திராசாலைப் பதிப்பு, மதுரை.

இராகவையங்கார் ரா., 1984, இராசராச சேதுபதி ஒருதுறைக் கோவை, மணிவாசகர் பதிப்பகம், சிதம்பரம்.

இராசமாணிக்கம் பிள்ளை மா., 2009, பல்லவர் வரலாறு, செல்லப்பா பதிப்பகம், தானப்ப முதலி தெரு, சென்னை.

இராசரெத்தினம் கு., 2011(இ.ப.), சங்க இலக்கியத்தில் பொது மக்கள், நாம் தமிழர் பதிப்பகம், திருவல்லிக்கேணி, சென்னை.

இராசு செ., 1994, சேதுபதி செப்பேடுகள், பதிப்புத்துறை, தமிழ்ப் பல்கலைக்கழகம், தஞ்சாவூர்.

இராமசாமி அ., 2015(மூ.ப.), தொன்மைத் தமிழர் நாகரிக வரலாறு, நியூ செஞ்சுரி புக் ஹவுஸ், அம்பத்தூர், சென்னை.

உத்திராடம் கோ., 2017, ஆதிச்சநல்லூர், கீழடி அகழாய்வுகள் காட்டும் தமிழரின் தொன்மை, நாம் தமிழர் பதிப்பகம், திருவல்லிக்கேணி, சென்னை.

..., 1986 (ஒ.ப.), தொல்காப்பியம் - பொருளதிகாரம் - இளம்பூரணம் (இரண்டாம் பகுதி), திருநெல்வேலித் தென்னிந்திய சைவ சித்தாந்த நூற்பதிப்புக் கழகம், சென்னை.

ஃபிரடெரிக் எங்கல்ஸ், 2019(மூ.ப.), குடும்பம், தனிச்சொத்து, அரசு ஆகியவற்றின் தோற்றம், நியூ செஞ்சுரி புக் ஹவுஸ், அம்பத்தூர், சென்னை.

கண்ணப்ப முதலியார் பாலூர், 2011, பாண்டி நாட்டுக் கோயில்கள், ராமையா பதிப்பகம், ராயப்பேட்டை, சென்னை.

கதிர்முருகு (உரை.), ஏரெழுபது மூலமும் உரையும், சீதை பதிப்பகம், திருவல்லிக்கேணி, சென்னை.

கந்தசாமியார் & தேவநேயப் பாவாணர் ஞா.(ப.ஆ.), 2001 (16ஆம். பதி.), தொல்காப்பியம் - சொல்லதிகாரம் - சேனாவரையருரை, திருநெல்வேலித் தென்னிந்திய சைவ சித்தாந்த நூற்பதிப்புக் கழகம், சென்னை.

கமால் எஸ்.எம். & முகம்மது செரீபு நா., 1984(மு.ப.) - இராமநாதபுரம் மாவட்டம் : வரலாற்றுக் குறிப்புகள், லெனின் சமூக வரலாற்று ஆராய்ச்சி நிறுவனம், பரமக்குடி.

கமால் எஸ்.எம்., 1992, சேதுபதி மன்னர் செப்பேடுகள், சர்மிளா பதிப்பகம், ஈசா பள்ளிவாசல் தெரு, இராமநாதபுரம்.

கமால் எஸ்.எம்., 1992, மன்னர் பாஸ்கர சேதுபதி, சர்மிளா பதிப்பகம், ஈசா பள்ளிவாசல் தெரு, இராமநாதபுரம்.

கமால் எஸ்.எம்., 1997(இ.ப.), விடுதலைப் போரில் சேதுபதி மன்னர், சர்மிளா பதிப்பகம், ஈசா பள்ளிவாசல் தெரு, இராமநாதபுரம்.

கமால் எஸ்.எம்., 2002, சேதுபதி மன்னர் கல்வெட்டுக்கள், சர்மிளா பதிப்பகம், ஈசா பள்ளிவாசல் தெரு, இராமநாதபுரம்.

கமால் எஸ்.எம்., 2003, *சேதுபதி மன்னர் வரலாறு*, சர்மிளா பதிப்பகம், ஈசா பள்ளிவாசல் தெரு, இராமநாதபுரம்.

கலியாண சுந்தரையர் எஸ்.(பதி.), 1944(மூ.ப.), *ஐங்குறுநூறு மூலமும் உரையும்*, கபீர் அச்சுக்கூடம், சென்னை.

கன்னல் கருவூர், 2018, *தமிழ் இனத்தின் தொன்மையும் தமிழின் தொன்மையும்*, சீதை பதிப்பகம், திருவல்லிக்கேணி, சென்னை.

காசிநாதன் நடன., இராசகோபால் சு., வேதாசலம் வெ.(தொ.ஆ.), 1994, *திருமலை நாயக்கர் செப்பேடுகள்*, தமிழ்நாடு அரசு தொல்பொருள் ஆய்வுத்துறை, சென்னை.

காந்தி க., 2003(மூ.ப.), *தமிழர் பழக்கவழக்கங்களும் நம்பிக்கைகளும்*, உலகத் தமிழாராய்ச்சி நிறுவனம், சென்னை.

காளிமுத்து ஏ.கே., 2012, *தமிழகத்தில் காலனியமும் வேளாண் குடிகளும் : ஒரு சமூகப் பொருளியல் பார்வை(1801-1947)*, பாரதி புத்தகாலயம், சென்னை.

குருசாமி சித்தன், 1993, *தமிழ் இலக்கியத்தில் பள்ளர் (மள்ளர்) தேவேந்திரகுல வேளாளர் [அடிப்படைச் சான்றுகள்]*, தேவேந்திர மன்றம், குருசாமி நகர், பாரதியார் பல்கலைக்கழக அஞ்சல், கோயமுத்தூர்.

கோமதிநாயகம் பழ., 2010, *தமிழக பாசன வரலாறு*, பாவை பப்ளிகேஷன்ஸ், இராயப்பேட்டை, சென்னை.

கோமதிநாயகம் பழ., 2013, *நீரின்றி அமையாது நிலவளம்*, பாவை பப்ளிகேஷன்ஸ், இராயப்பேட்டை, சென்னை.

கோவிந்தன் கா., 2018(நா.ப.), *ஆரியர்க்கு முற்பட்ட தமிழ்ப் பண்பாடு*, ராமையா பதிப்பகம், ராயப்பேட்டை, சென்னை.

சங்கரன் எஸ்.(மொ.பெ.), 1962, *மகாவம்சம் (இலங்கைத் தீவின் புராதன வரலாறு)*, மல்லிகை வெளியீடு, சென்னை.

சண்முகம்பிள்ளை மு.(பதி.), 2003(ம.ப.), *தொல்காப்பியம் - பொருளதிகாரம் - இளம்பூரணம் (பகுதி - 1)*, முல்லை நிலையம், தி.நகர், சென்னை.

சதாசிவ பண்டாரத்தார் தி.வை., 1998, பாண்டியர் வரலாறு, மணிவாசகர் பதிப்பகம், பாரிமுனை, சென்னை.

சதாசிவம் C., 1940, சேரநாட்டுத் தமிழ்ப் பெருமக்கள் வரலாறு (முதற்பாகம்), S.M.ஜகநாதம் புத்தக வியாபாரம், நாகர்கோவில்.

சபாபதி தி., 1972, வேளாண்மை வளர்ச்சி, தமிழ்நாட்டுப் பாடநூல் நிறுவனம், சென்னை.

சாமிநாதையர் உ.வே.(பதி.), 2008(11ஆம் பதி.), சிலப்பதிகார மூலமும் அரும்பதவுரையும் அடியார்க்கு நல்லாருரையும், டாக்டர் உ.வே.சா. நூல்நிலையம் வெளியீடு, சென்னை.

சிவசுப்பிரமணியன் ஆ., 2014, தமிழக வண்ணார் வரலாறும் வழக்காறும், நியூ செஞ்சுரி புக் ஹவுஸ், அம்பத்தூர், சென்னை.

சிவசுப்பிரமணியன் ஆ., 2018(இ.ப.), பிராமண போஜனமும் சட்டிச் சோறும், நியூ செஞ்சுரி புக் ஹவுஸ், அம்பத்தூர், சென்னை.

சீனிவாசன் ரா., 1997(நா.ப.), சங்க இலக்கியத்தில் உவமைகள், அணியகம் வெளியீடு, சென்னை.

சுப்புரெட்டியார் ந.(உரை.), 2018(மு.ப.), முத்தொள்ளாயிரம் மூலமும் விளக்க உரையும், சாரதா பதிப்பகம், ராயப் பேட்டை, சென்னை.

செங்குட்டுவன் கோ., 2017, சமணர் கழுவேற்றம், கிழக்குப் பதிப்பகம், ராயப்பேட்டை, சென்னை.

செல்வராசு அ., 2014, முல்லை நிலமும் எல்லைப் போரும், எழில் பதிப்பகம், பாதர்பேட்டை, துறையூர், திருச்சி.

செல்வராஜ் ச., 2018, புதையுண்ட தமிழகம், நாம் தமிழர் பதிப்பகம், திருவல்லிக்கேணி, சென்னை.

சேதுப்பிள்ளை ரா.பி., 2005(ஏ.ப.), தமிழகம் : ஊரும் பேரும், பழனியப்பா பிரதர்ஸ், சென்னை.

தங்கராஜ் M., 2009, தமிழ்நாட்டில் நிலமும் சாதியும், பாவை பப்ளிகேஷன்ஸ், இராயப்பேட்டை, சென்னை.

தமிழ், 2018, இந்துக்கள் இல்லை - குலதெய்வ வழிபாட்டார் என்ற பிரிவு வேண்டும் (தமிழர் பெருவெளி இதழ்த் தலை யங்கக் கட்டுரைகள்), தமிழர் தேசியக் களம், தமிழர்நாடு.

தமிழ்ச்செல்வன் க. & பாலையன் அ.ப. (உரை.), 2013(மூ.ப.), நம்பியகப்பொருள், சாரதா பதிப்பகம், சென்னை.

தேவநேயப் பாவாணர் ஞா., 2018(இ.ப.), பண்டைத்தமிழ் நாகரிகமும் பண்பாடும், நாம் தமிழர் பதிப்பகம், திருவல்லிக்கேணி, சென்னை.

நாச்சிமுத்து கி., 1983, தமிழ் இடப்பெயராய்வு, சோபிதம் பதிப்பகம், நாகர்கோயில்.

நீலகண்ட சாஸ்திரி கே.ஏ., 1966, தென் இந்திய வரலாறு, அரசாங்க அச்சகம், இலங்கை.

நொபுரு கராஷிமா & சுப்பராயலு எ., 2017, தமிழகத்தில் சாதி உருவாக்கமும் சமூக மாற்றமும் (பொ.ஆ. 800-1500), நியூ செஞ்சுரி புக் ஹவுஸ், அம்பத்தூர், சென்னை.

நொபுரு கராஷிமா, 1995(மு.ப.) வரலாற்றுப் போக்கில் தென்னகச் சமூகம், தமிழகத் தொல்லியல் களம், தஞ்சாவூர்.

பட்டத்தி மைந்தன், 2017(எ.ப.), பசும்பொன் முத்துராமலிங்கத் தேவர், ராமையா பதிப்பகம், ராயப்பேட்டை, சென்னை.

பரமசிவன் தொ., 2006(மூ.ப.), தெய்வங்களும் சமூக மரபுகளும், நியூ செஞ்சுரி புக் ஹவுஸ், அம்பத்தூர், சென்னை.

பரமசிவன் தொ., 2011(எ.ப.), பண்பாட்டு அசைவுகள், காலச்சுவடு பதிப்பகம், நாகர்கோவில்.

பவானந்தம்பிள்ளை ச.(பதி.), 2010(மு.ப.), இறையனார் அகப்பொருள், சாரதா பதிப்பகம், ராயப்பேட்டை, சென்னை.

பன்னீர்செல்வம் இர., 1973, தமிழ்நாடும் களப்பிரர் ஆட்சியும், வி.மாணிக்கம் கம்பெனி, ஐயப்ப செட்டித் தெரு, சென்னை.

பாலாஜி க., 2013, பெருங்கற்காலப் பண்பாடு - சிவகங்கை மாவட்டம் : கள ஆய்வு, காவ்யா பதிப்பகம், சென்னை.

பாலாஜி க., 2019, பெருங்கற்காலம், இனம் பதிப்பகம், வள்ளலார் நகர், ஒண்டிப்புதூர், கோயமுத்தூர்.

பாலையன் அ.ப., 2010, திருக்குவளை வட்டம் - ஊரும் சிறப்பும், சீதை பதிப்பகம், திருவல்லிக்கேணி, சென்னை.

பாலையன் அ.ப., 2014, பழந்தமிழகத்தில் நிலவுரிமை, நாம் தமிழர் பதிப்பகம், திருவல்லிக்கேணி, சென்னை.

பாலையன் அ.ப., 2017, பாரதியாரும் தாழ்த்தப்பட்டோரும், சாரதா பதிப்பகம், ராயப்பேட்டை, சென்னை.

பாஸ்கரத் தொண்டைமான் தொ.மு., 2018, தமிழ்க் கோயில்கள் தமிழர் பண்பாடு, நாம் தமிழர் பதிப்பகம், திருவல்லிக்கேணி, சென்னை.

புலியூர்க்கேசிகன் (உரை.), 2012, தொல்காப்பியம்(எழுத்து - சொல் - பொருள்), சாரதா பதிப்பகம், சென்னை.

புலியூர்க்கேசிகன் (உரை.), 2012, முக்கூடற்பள்ளு மூலமும் உரையும், சாரதா பதிப்பகம், ராயப்பேட்டை, சென்னை.

பூரணச்சந்திரன் க.(பதி.), 2004, தமிழ் இலக்கியத்தில் ஒடுக்கப் பட்டோர் நிலையும் மேம்பாடும், அகரம் பதிப்பகம், நிர்மலா நகர், தஞ்சாவூர்.

மறைமலையடிகள், 1927(ம.ப.), வேளாளர் நாகரிகம், திருநெல் வேலித் தென்னிந்திய சைவசித்தாந்த நூற்பதிப்புக் கழகம், சென்னை.

முத்துத் தேவர் பி., 1976, மூவேந்தர் குல தேவர் சமூக வரலாறு, காக்கவீரன் வெளியீட்டகம், உசிலம்பட்டி.

மூர்த்தி வை.ஏ.(உரை.), 1961(மு.ப.), பாரதி பாடல்கள் - உரை விளக்கம், சண்முகநாதன் புத்தக சாலை, யாழ்ப்பாணம்.

ராசுகுமார் மே.து., 2004, சோழர்கால நிலவுடைமைப் பின் புலத்தில் கோயில் பொருளியல், மக்கள் வெளியீடு, சென்னை.

ராமசாமி அ., 2015, நாயக்கர் காலம் - இலக்கியமும் வரலாறும், நியூ செஞ்சுரி புக் ஹவுஸ், அம்பத்தூர், சென்னை.

லோகேஸ்வரன் ம., 2015, நீர்நிலை உருவாக்கத்தில் உடைமை களும் சாதிகளும் - கல்லல் ஒன்றியம் : சிவகங்கை மாவட்டம், காவ்யா பதிப்பகம், சென்னை.

வேதாசலம் வெ., & டெக்லா ச.(ப.ஆ.), 2011, **தொல்லியல் சுவடுகள்**, நியூ செஞ்சுரி புக் ஹவுஸ், அம்பத்தூர், சென்னை.

வேல்சாமி பொ.(பதி.), 2014(மூ.ப.), **பரதகண்ட புராதனம்**, நியூ செஞ்சுரி புக் ஹவுஸ், அம்பத்தூர், சென்னை.

ஜெயதேவ் சீ.ஜெ. & இரகுபதி மு., 1962(மு.ப.), **பழங்காலப் பண்பாடும் பழங்குடிகள் பண்பாடும்**, அரசாங்கப் பொருட்காட்சி சாலை, சென்னை.

ஸ்ரீதரன் கி., 2018, **வழிகாட்டும் கல்வெட்டுகள்**, நாம் தமிழர் பதிப்பகம், திருவல்லிக்கேணி, சென்னை.

Francis W.(Ed.), 1906, **Madras District Gazetteers** - Madura, Government Press, Madras.

Krishnaswami Aiyangar S., 1921, **South India and her Muhammadan Invaders**, Oxford University Press, London -Bombay - Calcutta - Madras.

Ramaswamy A.(Ed.), 1972, **Tamilnadu District Gazetteers - Ramanathapuram**, Government of Tamilnadu.

Wilhelm Geiger (Trans.), 1912, **The Mahavamsa or the Great Chronicle of Ceylon**, Oxford University Press, Amen Corner, E.c.

…….., 1933(Re-P), **Alphabetical List Of Villages in the Taluks and Districts of the Madras Presidency**, Government Press, Chennai.

ஆய்வேடுகள்

அய்யப்பன் நா., 2000, “நன்செய் புன்செய் நிலங்களின் பெயராய்வு” (மனோன்மணியம் சுந்தரனார் பல்கலைக்கழக முனைவர் பட்ட ஆய்வேடு), தெ.தி. இந்துக் கல்லூரி, நாகர் கோவில்.

அஜீபா செ., 2013, “சங்க இலக்கியங்களில் நீரும் நீர் மேலாண்மையும்”, (மதுரை காமராசர் பல்கலைக்கழக முனைவர் பட்ட ஆய்வேடு), தியாகராசர் கல்லூரி, மதுரை.

இரமேஷ் சா., 1999, "சங்க இலக்கியத்தில் ஊர்ப்புனைவுகள்", தமிழ்த்துறை, அழகப்பா பல்கலைக்கழக முனைவர் பட்ட ஆய்வேடு), காரைக்குடி.

வாகேசுவரி வீ., 2014, "கன்னியாகுமரி மாவட்டம் இடப்பெயர்கள் : ஓர் ஆய்வு", (மனோன்மணியம் சுந்தரனார் பல்கலைக்கழக முனைவர் பட்ட ஆய்வேடு), தமிழ் உயராய்வு மையம், விவேகானந்தா கல்லூரி, அகஸ்தீஸ்வரம்.

கட்டுரைகள், அறிக்கைகள்

இராஜேந்திரன் ந., 2019, "நாயக்கர் காலம்", மீள்வாசிப்பில் தமிழ்மக்கள் வரலாறு, வேர்களைத் தேடி பதிப்பகம், கோவை.

சித்தார்த்தன் பா., கருப்பசாமி எஸ்., ஜோதி ம., (தொ.ஆ.), 2016, நீர் மேலாண்மை, தமிழ்நாடு கிராம புனரமைப்பு இயக்கம்(TRRM) வெளியீடு, இராமநாதபுரம்.

சிற்பி பாலசுப்பிரமணியம், 2014, "நிலவியலும் இலக்கியமும்" திணைமரபும் நவீனமும், கருத்து = பட்டறை வெளியீடு, மதுரை.

..., 2017, ஆண்டறிக்கை 2017 - 2018, திரு இருதய உயர் நிலைப்பள்ளி, இருதயபுரம், இராமநாதபுரம் மாவட்டம்.

..., 2011, **Total Population and Population of Scheduled Castes and Scheduled Tribes for Village Panchayats and Panchayat Unions - Ramanathapuram District**, Directorate of Census Operations, Tamilnadu.

..., 2017, **District at a Glance - Ramanathapuram District**, Deputy Director of Statistics, Ramanathapram, Government of Tamilnadu.

அகராதிகள், நிகண்டுகள்

கதிரைவேற்பிள்ளை நா.(பதி.), 1938, சூடாமணி நிகண்டு மூலமும் உரையும், திருமகள் விலாச அச்சுக்கூடம், சென்னை.

..., (தொ.ஆ.), 2014(எ.ப.), தமிழ்மொழி அகராதி, சாரதா பதிப்பகம், ராயப்பேட்டை, சென்னை.

சொக்கலிங்கம் வீ.(பதி.), 2008(இ.ப.), ஆசிரிய நிகண்டு (இரண்டாம் பாகம்), சரசுவதி மகால் நூலகம், தஞ்சாவூர்.

நாகசாமி இரா.(பதி.), 1983, வடமலை நிகண்டு, டாக்டர் உ.வே.சாமிநாதையர் நூல்நிலையம், சென்னை.

நீலாம்பிகை தி.(தொ.ஆ.), 1938(ஐ.ப.), வடசொல் தமிழ் அகரவரிசைச் சுருக்கம், தமிழ்ப் பாதுகாப்புக் கழகம், சென்னை.

மாதையன் பெ.(பதி.), 2007, சங்க இலக்கியச் சொல்லடைவு, பதிப்புத்துறை, தமிழ்ப் பல்கலைக்கழகம், தஞ்சாவூர்.

வலைப்பக்கங்கள்

- http://sangambyphone.wordpress.com
- http://sekalpana.blogspot.com/2010/06/blog-post.html
- www.pannaiyar.com
- http://vanakkamtamizha.in
- www.dinamani.com
- www.dinaanjal.in
- www.wikiwand.com
- http://thiruppullaniheritageclub.blogspot.com
- www.ta.wikitionary.org
- http://vanakkamtamizha.in

பின்னிணைப்புகள்

பின்னிணைப்பு - 1
(இராமநாதபுரம் மாவட்டத்துக்கு உட்பட்ட ஊராட்சி ஒன்றியங்கள்)

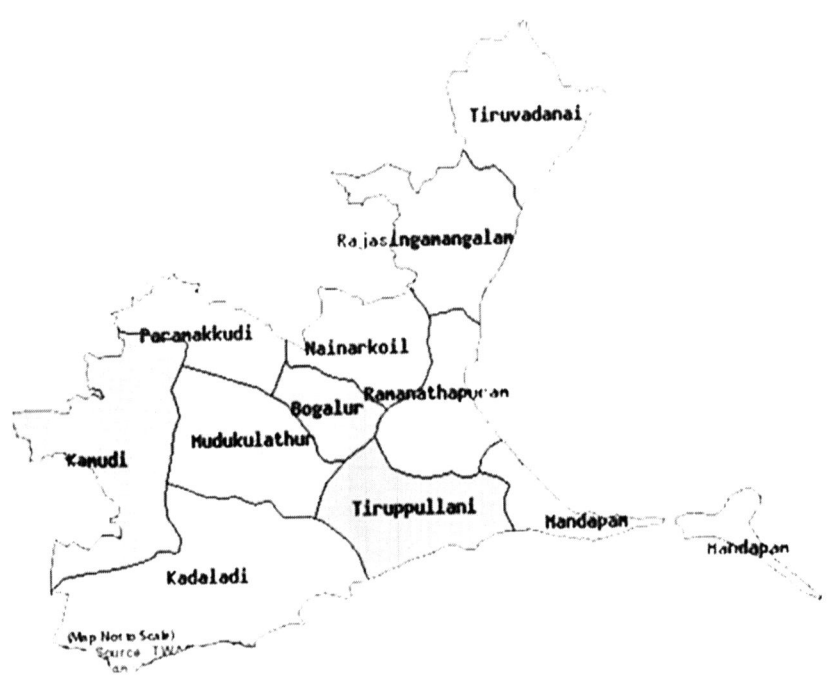

1) இராமநாதபுரம்
2) இராஜசிங்க மங்கலம்
3) கடலாடி
4) கமுதி
5) திருப்புல்லாணி
6) திருவாடானை
7) பரமக்குடி
8) போகலூர்
9) நயினார்கோயில்
10) மண்டபம்
11) முதுகுளத்தூர்

பின்னிணைப்பு - 2
(இராஜசிங்கமங்கலம் ஊராட்சி ஒன்றியத்துக்கு உட்பட்ட ஊர்ப்பெயர்கள்)

(மொத்த ஊர்கள் - 276)

வ.எ	ஊராட்சியின் பெயர்	உட்கிடை கிராமத்தின் பெயர்
1	சோழந்தூர்	சோழந்தூர்
		வடவயல்
		மேட்டுச் சோழந்தூர்
2	தும்படைக்கா கோட்டை	தும்படைக்காகோட்டை
		இருவான்பச்சேரி
		ஆவான்பச்சேரி
		அஞ்சானிதிடல்
		சின்ன பொட்டக்கோட்டை
		இருதயபுரம்
		கருப்பக்குடும்பன் பச்சேரி
		கொல்லன்பச்சேரி
		மாங்குளம்
		மருதன்பச்சேரி
		முத்துவேலாயுதன் குடியிருப்பு
		பனிக்கோட்டை
		பண்ணாக்கோட்டை
		பெரிய பொட்டக்கோட்டை
		பொன்மாரி
		பொன்னாலகோட்டை
		புலிவீரதேவன்கோட்டை

3	பிச்சங்குறிச்சி	பிச்சங்குறிச்சி
		சீனாங்குடி
		கலவான்குடி
		முள்ளிக்குடி
		பிரண்டியாரேந்தல்
4	அழகர்தேவன்கோட்டை	அழகர்தேவன் கோட்டை
		அண்ணாமலை நகர்
		நளக்கான்பச்சேரி
		மங்கலம்
		அழிந்திக்கோட்டை
		கழிச்சிக்கட்டி மடை
		நெடும்புளிக்கோட்டை
		நோக்கன்கோட்டை
		பெரியான்பச்சேரி
		ரெகுநாதமடை
		சூரமடை
5	சேத்திடல்	சேத்திடல்
		கருங்குடி
		மருதவயல்
		முத்துப்பட்டிணம்
		சீனாங்குடி
6	கருங்குடி	கருங்குடி
		ஆலங்குளம்
		அத்தானூர்
		கொத்தமங்கலம்
		கொத்தியார்கோட்டை
		மாவிலங்கையேந்தல்
		ஊரவயல்
		பால்குளம்
7	புல்லமடை	புல்லமடை
		இராமநாதமடை

		சவேரியார்பட்டிணம் காலனி
		ஆதிமுத்தன்குடியிருப்பு
		பிரிட்டோநகர்
		சொக்கன்பச்சேரி
		கீழமடை
		குருணிபச்சேரி
		மணியம்பச்சேரி
		மேலமடை
		ரெட்டையூரணி
		சப்பானியேந்தல்
		சவேரியார்பட்டிணம்
		செங்கமடை
		சிலுகவயல்
		சித்தனேந்தல்
		தெற்கனேந்தல்
		வல்லமடை
		வீரிபச்சேரி
		வில்லடிவாகை
		தெற்கனேந்தல் காலனி
8	செங்குடி	செங்குடி
		சின்னசெங்குடி
9	காவனக் கோட்டை	காவனக் கோட்டை
		அழியாதான்மொழி
		கொக்கூரணி
		பெருங்குடி
		பூவானி
		செட்டியகோட்டை
		சிறுகளத்தூர்
		சூச்சகனேரி
		பனிக்கோட்டை

10	திருப்பாலைக்குடி	திருப்பாலைக்குடி
		ஆதிதிராவிடர் காலனி
		காந்திநகர்
		கண்மாய்க்கரைக் குடியிருப்பு
		மந்தனார்கோயில்
		பழங்கோட்டை
11	ஏ.ஆர்.மங்கலம்	ஏ.ஆர்.மங்கலம்
		ஆலேந்தல்
		பகவதிமங்கலம்
		கீழேந்தல்
		கொண்ணக்குடி
		குலநாத்தி
		குமிழியேந்தல்
		மேட்டுக் கற்களத்தூர்
		புத்னேந்தல்
		வாகைக்குடி
		வெளியக்கோட்டை
12	கூடலூர்	கூடலூர்
		நத்தக்கோட்டை
		பள்ளப்பச்சேரி
		பொன்னியேந்தல்
		சூரியன்கோட்டை
		மரியாயி பட்டிணம்
13	கள்ளிக்குடி	கள்ளிக்குடி
		ஆத்தூர்
		அழியாதான்மொழி
		பேரையூர்
		செம்பிலான்குடி
		சூரம்புளி
		சொரட்டமணக்குடி
		தாழியாரேந்தல்
		சூடியூர்

14	மேல்பனையூர்	மேல்பனையூர்
		ஆயிரவேலி
		கீழ்பனையூர்
		மாடம்பூர்
		ஏசுபுரம்
15	காவனூர்	காவனூர்
		அடந்தனார்கோட்டை
		மேலவயல்
		நாகனேந்தல்
		துத்தியேந்தல்
		வலமாவூர்(வடக்கு)
		வலமாவூர்(தெற்கு)
16	ஓடைக்கால்	ஓடைக்கால்
		குலமாணிக்கம்
17	சனவேலி	சனவேலி
		ஆப்பிராய்
		கன்னுகுடி
		கருங்களத்தூர்
		கவ்வூர்
		கொசக்குடி
18	கொட்டகுடி	கொட்டகுடி
		கானாட்டாங்குடி
		கடுக்கலூர்
		குமரங்காளி
		மலரி
		நடுவக்குடி
		புல்லுகுடி
		சேனத்திக்கோட்டை
		விலத்தூர்
19	அ.மணக்குடி	அ.மணக்குடி
		ஆழிகுடி

		கண்ணாரேந்தல்
		மொச்சியேந்தல்
		புதுக்காடு
		சாணாவயல்
20	சித்தூர்வாடி	சித்தூர்வாடி
		கீழச் சேந்தனேந்தல்
		கீழச் சித்தூர்வாடி
		கோவிலேந்தல்
		மேலச் சேந்தனேந்தல்
		உகந்தான்குடி
		வெட்டுக்குளம்
21	கற்காத்தகுடி	கற்காத்தகுடி
		கீழக் கற்காத்தகுடி
		பெருவண்டல்
		சிறுவண்டல்
		தோட்டாமங்கலம்
22	ஆனந்தூர்	ஆனந்தூர்
		காட்டுக்குளம்
		பச்சனத்திக்கோட்டை
23	இராதானூர்	இராதானூர்
		ஆவரேந்தல்
		அலியாக்கோனேரி
		செல்லையாபுரம்
		சித்தலூர்
		கோவில்வாசல்
		மேடாக்கோட்டை
		முடிக்கினார்கோட்டை
		முத்தலன்கோட்டை
		நெட்டேந்தல்
		ஒச்சன்வயல்
		பக்கந்தான்குடி

		பாப்பான்வயல்
		பரஞ்ஜோதிநகர்
		புளிச்சவயல்
		ராமலெட்சுமி நகர்
		செட்டியேந்தல்
		திருக்குறிச்சி
		திருவிருந்தார்கோட்டை
		தூக்கினாங்கரை
		ஏந்தல்கரை
24	சாத்தனூர்	சாத்தனூர்
		ஆணையார்கோட்டை
		எலிக்குளம்
		கோட்டைக்காடு
		மொன்னார்கோட்டை
		ராக்கினார்கோட்டை
		விருதன்வயல்
25	சிறுநாகுடி	சிறுநாகுடி
		கொரண்டிக்கோட்டை
		மேலவயல்
		பாப்பாகுடி
		புத்தூர்
		புத்தூர் காலனி
		செல்வனூர்
		துவார்
26	கோவிந்தமங்கலம்	கோவிந்த மங்கலம்
		கரியான்கோட்டை
		கீழ்மருதங்குளம்
		மேலக்கரை
		மூலவயல்
		நரிக்கன்வயல்
		மடக்குளம்

27	வடக்கலூர்	வடக்கலூர்
		இளங்குளம்
		காமினி
		கைக்குடி
		குருப்புளி
		பவளக்கன்னி
		சமாதிவயல்
		தீர்த்தான்குன்றம்
		அழியாக்கன்னி
28	ஆய்ங்குடி	ஆய்ங்குடி
		ஆதி.காலனி
		கரவளர்த்தி
		கருங்குடி
		மாந்தாங்குடி
		மஞ்சக்கோட்டை
		மேலையூர்
		நடுக்குடியிருப்பு
		பாம்பளம்மன் குடியிருப்பு
		பாப்பனக்கோட்டை
		பொட்டக்காடு
		புதுநகர்
		சம்பந்தவயல்
		சுத்தமல்லி
29	செவ்வாய்ப்பேட்டை	செவ்வாய்ப்பேட்டை
		கொடுங்குளம்
		குறிச்சினாங்கரை
		பாகனிகட்டயனேந்தல்
		பானனேந்தல்
		பனையாகுறிச்சி
		சிறுகுடி
		தளக்காவூர்

30	திருத்தேர்வளை	திருத்தேர்வளை
		இந்திராநகர்
		அழகாபுரி
		கனக்கனேந்தல்
		கப்பகுடி
		கீழக்கோட்டை
		ஓடக்கரை
		பள்ளப்பச்சேரி
		நாடார்கோட்டை
		சேந்தமங்கலம்
		வெள்ளாரேந்தல்
		தப்பகுடித்த சேந்தனேந்தல்
		திருத்தேர்வளை குடியிருப்பு
		கீழப்பச்சேரி
		கிழக்குக் குடியிருப்பு
31	கொ.களக்குடி	களக்குடி
		கொத்திடல்
32	கடலூர்	கடலூர்
		மோர்ப்பண்ணை
		உப்பூர்(வடக்கு)
		கூத்தன்வயல்
		உப்பூர்(தெற்கு)
		உப்பூர் சத்திரம்
33	பாரனூர்	பாரனூர்
		ஆவரேந்தல்
		கலங்காப்புளி
		மயிலூரணி
		கைலாச சமுத்திரம்
34	வரவணி	வரவணி
		சின்ன வரவணி
		எட்டியதிடல்

		கூட்டாம்புளி
		கொட்டுப்புளி
		சாத்தமங்கலம்
		வி.பரமக்குடி
35	ஊரணங்குடி	ஊரணங்குடி
		புறகரை
		ஊரணங்குடி(தெற்கு)
		புதுஊரணங்குடி

அகர வரிசையில்

அ.மணக்குடி
அஞ்சானிதிடல்
அடந்தனார்கோட்டை
அண்ணாமலைநகர்
அத்தானூர்
அலியாக்கோனேரி
அழகர்தேவன் கோட்டை
அழகாபுரி
அழிந்திக்கோட்டை
அழியாக்கன்னி
அழியாதான்மொழி
அழியாதான்மொழி
ஆணையார்கோட்டை
ஆத்தூர்
ஆதி.காலனி
ஆதிதிராவிடர் காலனி
ஆதிமுத்தன்குடியிருப்பு
ஆப்பிராய்
ஆய்ங்குடி
ஆயிரவேலி
ஆலங்குளம்
ஆலேந்தல்
ஆவரேந்தல்
ஆவரேந்தல்
ஆவான்பச்சேரி
ஆழிகுடி
ஆனந்தூர்
இந்திராநகர்
இராதானூர்
இராமநாதமடை
இருதயபுரம்
இருவான்பச்சேரி
இளங்குளம்
உகந்தான்குடி
உப்பூர் சத்திரம்
உப்பூர்(தெற்கு)
உப்பூர்(வடக்கு)
ஊரணங்குடி
ஊரணங்குடி(தெற்கு)
ஊரவயல்
எட்டியதிடல்
எலிக்குளம்
ஏ.ஆர். மங்கலம்
ஏசுபுரம்
ஏந்தல்கரை
ஒச்சன்வயல்
ஓடக்கரை
ஓடைக்கால்

கடலூர்
கடுக்கலூர்
கண்ணாரேந்தல்
கண்மாய்க்கரைக் குடியிருப்பு
கப்பகுடி
கரவளர்த்தி
கரியான்கோட்டை
கருங்களத்தூர்
கருங்குடி
கருங்குடி
கருங்குடி
கருப்பக்குடும்பன்பச்சேரி
கலங்காப்புளி
கலவான்குடி
கவ்வூர்
கழிச்சிகட்டிமடை
கள்ளிக்குடி
களக்குடி
கற்காத்தக்குடி
கன்னுகுடி
கனக்கனேந்தல்
காட்டுக்குளம்
காந்திநகர்
காமினி
காவனக் கோட்டை
காவனூர்
கானாட்டாங்குடி
கிழக்குக் குடியிருப்பு
கீழ்ப்பனையூர்
கீழ்மருதங்குளம்
கீழக்கற்காத்தக்குடி
கீழக்கோட்டை
கீழச் சித்தூர்வாடி
கீழச் சேந்தனேந்தல்

கீழப்பச்சேரி
கீழமடை
கீழேந்தல்
குமரங்காளி
குமிழியேந்தல்
குருணிபச்சேரி
குருப்புளி
குலநாத்தி
குலமாணிக்கம்
குறிச்சினாங்கரை
கூட்டாம்புளி
கூடலூர்
கூத்தன்வயல்
கைக்குடி
கைலாச சமுத்திரம்
கொக்கூரணி
கொசக்குடி
கொட்டகுடி
கொட்டுப்புளி
கொடுங்குளம்
கொண்ணக்குடி
கொத்தமங்கலம்
கொத்திடல்
கொத்தியார் கோட்டை
கொரண்டிக்கோட்டை
கொல்லன்பச்சேரி
கோட்டைக்காடு
கோவிந்த மங்கலம்
கோவில்வாசல்
கோவிலேந்தல்
சப்பானியேந்தல்
சம்பந்தவயல்
சமாதிவயல்
சவேரியார்பட்டிணம்

சவேரியார்பட்டிணம் காலனி
சனவேலி
சாணாவயல்
சாத்தமங்கலம்
சாத்தனூர்
சித்தலூர்
சித்தனேந்தல்
சித்தூர்வாடி
சிலுகவயல்
சிறுகளத்தூர்
சிறுகுடி
சிறுநாகுடி
சிறுவண்டல்
சின்ன செங்குடி
சின்ன பொட்டக்கோட்டை
சின்ன வரவணி
சீனாங்குடி
சீனாங்குடி
சுத்தமல்லி
சூச்சகனேரி
சூடியூர்
சூரமடை
சூரம்புளி
சூரியன்கோட்டை
செங்கமடை
செங்குடி
செட்டியகோட்டை
செட்டியேந்தல்
செம்பிலான்குடி
செல்லையாபுரம்
செல்வனூர்
செவ்வாய்ப்பேட்டை
சேத்திடல்
சேந்தமங்கலம்
சேனத்திக்கோட்டை
சொக்கன்பச்சேரி
சொரட்டமணக்குடி
சோழந்தூர்
தப்பகுடித்த சேந்தனேந்தல்
தளக்காவூர்
தளக்கான்பச்சேரி
தாழியாரேந்தல்
திருக்குறிச்சி
திருத்தேர்வளை
திருத்தேர்வளை குடியிருப்பு
திருப்பாலைக்குடி
திருவிருந்தார் கோட்டை
தீர்த்தான்குன்றம்
துத்தியேந்தல்
தும்படைக்காகோட்டை
துவார்
தூக்கினாங்கரை
தெற்கனேந்தல்
தெற்கனேந்தல் காலனி
தோட்டாமங்கலம்
நடுக்குடியிருப்பு
நடுவக்குடி
நத்தக்கோட்டை
நரிக்கன்வயல்
நாகனேந்தல்
நாடார் கோட்டை
நெடும்புளிக்கோட்டை
நெட்டேந்தல்
நோக்கன்கோட்டை
பகவதி மங்கலம்
பக்கந்தான்குடி
பச்சனத்திக்கோட்டை
பண்ணாக்கோட்டை

பரஞ்ஜோதி நகர்
பவளக்கன்னி
பழங்கோட்டை
பள்ளப்பச்சேரி
பள்ளப்பச்சேரி
பனிக்கோட்டை
பனிக்கோட்டை
பனையாகுறிச்சி
பாகனிகட்டயனேந்தல்
பாப்பனக்கோட்டை
பாப்பாகுடி
பாப்பான்வயல்
பாம்பளம்மன்குடியிருப்பு
பாரனூர்
பால்குளம்
பானனேந்தல்
பிச்சங்குறிச்சி
பிரண்டியாரேந்தல்
பிரிட்டோநகர்
புதுஊரணங்குடி
புதுக்காடு
புதுநகர்
புத்தனேந்தல்
புத்தூர்
புத்தூர் காலனி
புலிவீரதேவன்கோட்டை
புல்லமடை
புல்லுகுடி
புளிச்சவயல்
புறகரை
பூவானி
பெரிய பொட்டக்கோட்டை
பெரியான்பச்சேரி
பெருங்குடி
பெருவண்டல்
பேரையூர்
பொட்டக்காடு
பொன்மாரி
பொன்னாலக்கோட்டை
பொன்னியேந்தல்
மங்கலம்
மஞ்சக்கோட்டை
மடக்குளம்
மணியம்பச்சேரி
மந்தனார் கோயில்
மயிலூரணி
மரியாயி பட்டிணம்
மருதவயல்
மருதன்பச்சேரி
மலரி
மாங்குளம்
மாடம்பூர்
மாந்தாங்குடி
மாவிலங்கையேந்தல்
முடிக்கினார்கோட்டை
முத்தலன்கோட்டை
முத்துப்பட்டிணம்
முத்துவேலாயுதன் குடியிருப்பு
முள்ளிக்குடி
மூலவயல்
மேடாக்கோட்டை
மேட்டுக்கற்களத்தூர்
மேட்டுச் சோழந்தூர்
மேலக்கரை
மேலச் சேந்தனேந்தல்
மேலமடை
மேலவயல்
மேலவயல்

மேலையூர்
மேல்பனையூர்
மொச்சியேந்தல்
மொன்னார்கோட்டை
மோர்ப்பண்ணை
ராக்கினார்கோட்டை
ராமலெட்சுமிநகர்
ரெகுநாதமடை
ரெட்டையூரணி
வடக்கலூர்
வடவயல்
வரவணி

வல்லமடை
வலமாவூர்(தெற்கு)
வலமாவூர்(வடக்கு)
வாகைக்குடி
வி.பரமக்குடி
விருதன்வயல்
விலத்தூர்
வில்லடிவாகை
வீரிபச்சேரி
வெட்டுக்குளம்
வெள்ளாரேந்தல்
வெளியக்கோட்டை

பின்னிணைப்பு - 3
(சனவேலி - சிதைந்த நிலையில் உள்ள சிவன் கோயில்)

பின்னிணைப்பு - 4

(அறுநூற்று மங்கலம் - முற்றிலும் சிதைவடைந்த நிலையிலுள்ள பெருமாள் கோயில், கருவறை)

பின்னிணைப்பு - 5

(சங்க இலக்கியத்தில் 'சேரி' எனும் பதிவு)

நற்றிணை

63:3	-	கல்லென் சேரிப் புலவல் புன்னை
77:8	-	ஊரலஞ் சேரிச் சீறூர்
145:9	-	பராரைப் புன்னைச் சேரி
150:7,8	-	கலிமா கடைஇ வந்துஎம் சேரித் தாரும் கண்ணியும் காட்டி
171:4	-	சேரியம் பெண்டிர்
175:7	-	சேரியம் பெண்டிர் சிறுசொல் நம்பி
249:9	-	மல்லலஞ் சேரி கல்லெனத் தோன்றி
331:12	-	தமர்தமர் அறியாச் சேரியும் உடைத்தே
342:4	-	சேரி சேரா வருவோர்க்கு
380:5,6	-	வாலிழை மகளிர் சேரித் தோன்றும் தேரோன்

குறுந்தொகை

231:1,2	-	ஓரூர் வாழினும் சேரி வாரார் சேரி வரினும் ஆர முயங்கார்
258:1	-	வாரல்எம் சேரி
262:1	-	ஊஉர் அலரெழச் சேரி கல்லென
298:1	-	சேரி சேர மெல்ல வந்துவந்து
320:7	-	புன்னையஞ் சேரி
351:6	-	புன்னை ஓங்கிய புலாலஞ் சேரி

ஐங்குறுநூறு

| 279:5 | - | அம்பல் சேரி அலராங் கட்டே |

பரிபாடல்

| 6:38 | - | சேரி இளையர் செலவறு நிலையர் |
| 7:3 | - | ஆடுவார் சேரி அடைந்தென |

கலித்தொகை

44:12	-	சேரியும் மறைத்தாள் என்தோழி
65:8	-	சேரியின் போகா முடமுதிர் பார்ப்பான்
68:16	-	சேரியால் சென்றுநீ சேர்ந்தஇல் வினாயினன்
91:12,13	-	...சேரி
		அரிமதர் உண்கண்ணார்
117:6	-	சேரிக் கிழவன் மகளேன் யான்

அகநானூறு

15:7	-	செறிந்த சேரிச் செம்மல் மூதூர்
65:3,4	-	ஈரம்சேரா இயல்பிற் பொய்ம்மொழிச்
		சேரியம் பெண்டிர்
76:2	-	தண்துறை ஊரன் எம்சேரி வந்தென
110:1,2	-	... அலர்வாய்
		அம்மென் சேரி
115:3,4	-	... வெஞ்சொல்
		சேரியம் பெண்டிர்
140:8	-	சேரி விலைமாறு கூறலின்
146:6	-	ஒள்ளிழை மகளிர் சேரி
200:2	-	புலால்அம் சேரிப் புல்வேய் குரம்பை

216:16	-	வருந்துப மாதுஅவர் சேரியாம் செலினே
220:1	-	ஊரும் சேரியும் உடனியைந்து அலரெழ
276:7	-	வருகதில் அம்மளம் சேரி சேர
347:6	-	கவ்வை தூற்றும் வெவ்வாய்ச் சேரி
383:2	-	ஊரும் சேரியும் ஓராங்கு அலரெழ
386:10,11	-	மையீ ரோதி மடவோய் யானுநின் சேரி யேனே
390:8,9	-	நெல்லும் உப்பும் நேரே ஊரீர் கொள்ளீ ரோவெனச் சேரிதொறு நுவலும்

புறநானூறு

348:3,4	-	... சிறுசின் மீன்சீவும் பாண்சேரி

மதுரைக்காஞ்சி

136,137	-	இருஞ்சேரிக் கட்கொண்டிக் குடிப்பாக்கத்து
269	-	மீன்சீவும் பாண்சேரி
329	-	துணங்கையம் தழூஉவின் மணங்கமழ் சேரி
594	-	மறங்கொள் சேரி
615	-	மன்றுதொறும் நின்ற குரவை சேரிதொறும்
619	-	சேரி விழவின் ஆர்ப்பெழுந் தாங்கு

பட்டினப்பாலை

75,76	-	பறழ்ப்பன்றிப் பல்கோழி உறைக்கிணற்றுப் புறச்சேரி

பின்னிணைப்பு - 6
(சிதைந்த நிலையிலுள்ள செங்கமடைக் கோட்டை)
(சேதுபதியினர் காலத்தது)

பின்னிணைப்பு - 7
(செங்கமடைக் கோட்டை - குளக்கரையில் புதைந்துள்ள முதுமக்கள் தாழி அடையாளங்கள்)

சேகரிக்கப் பெற்றவை

பின்னிணைப்பு - 8
(அறுநூற்று மங்கலம் - சிவன் கோயில்)